D1679826

இரவுக் காட்சி

இரவுக் காட்சி

கே.என். செந்தில்

பெற்றோர்: நடராஜன் - கண்ணம்மாள். சொந்த ஊர் அவிநாசி. மேலாண்மையியலில் இளங்கலைப் பட்டம் பெற்றிருக்கிறார். திருப்பூரில் வரி ஆலோசனை அலுவலகம் நடத்துகிறார். சிறுகதைத் தொகுப்புகள் 'அரூப நெருப்பு' (2013), 'அகாலம்' (2018), விருந்து (2021) ஆகியன. 'விழித்திருப்பவனின் கனவு' (2016) முதல் கட்டுரைத் தொகுப்பு.

இளம் படைப்பாளிக்கான ஸ்பாரோ விருதை 2014இலும் சுந்தர ராமசாமி விருதை 2016இலும் புதுமைப்பித்தன் விருதை 2019இலும் பெற்றிருக்கிறார்.

தொடர்புக்கு:

    92, முனியப்பன் கோவில் வீதி அவிநாசி

    கைப்பேசி : 9750344855

    மின்னஞ்சல் : knsenthilavn7@gmail.com

கே.என். செந்தில்

இரவுக் காட்சி

காலச்சுவடு பதிப்பகம்

● அன்பார்ந்த வாசகருக்கு,

வணக்கம்.

காலச்சுவடு நூலை வாங்கியமைக்கு நன்றி.

நூலின் உள்ளடக்கம், உருவாக்கம், அட்டைப்படம் இன்ன பிற அம்சங்கள் பற்றிய உங்கள் கருத்துகளையும் ஆலோசனைகளையும் காலச்சுவடு வரவேற்கிறது. தகவல், எழுத்து, வாக்கியப் பிழைகள் தென்பட்டால் கட்டாயம் தெரிவித்து உதவுங்கள். நூல் தயாரிப்பில் கடும் குறைபாடு இருப்பின் மாற்றுப் பிரதி உங்களுக்குக் கிடைக்கக் காலச்சுவடு ஏற்பாடு செய்யும்.

மின்னஞ்சல்: publisher@kalachuvadu.com

காலச்சுவடு நாகர்கோவில் தலைமையகத்துக்கும் கடிதம் அனுப்பலாம்.

தங்கள்
எஸ்.ஆர். சுந்தரம் (கண்ணன்)
பதிப்பாளர் — நிர்வாக இயக்குநர்

இரவுக் காட்சி ✦ சிறுகதைகள் ✦ ஆசிரியர்: கே.என். செந்தில் ✦ © கே.என். செந்தில் ✦ முதல் பதிப்பு: டிசம்பர் 2009, நான்காம் (குறும்) பதிப்பு: ஜனவரி 2023 ✦ வெளியீடு: காலச்சுவடு பப்ளிகேஷன்ஸ் (பி) லிட்., 669 கே.பி. சாலை, நாகர்கோவில்.

iravuk kaaTci ✦ ShortStories ✦ Author: kee.en. centil ✦ © K.N. Senthil ✦ Language: Tamil ✦ First Edition: December 2009, Fourth (Short) Edition: January 2023 ✦ Size: Demy 1 x 8 ✦ Paper: 18.6 kg maplitho ✦ Pages: 120

Published by Kalachuvadu Publications Pvt. Ltd., 669 K.P. Road, Nagercoil 629 001, India ✦ Phone: 91-4652-278525 ✦ e-mail: publications @kalachuvadu.com ✦ Printed at Clicto Print, Jaleel Towers, 42 KB Dasan Road, Teynampet Chennai 600018

ISBN: 978-81-89945-93-0

01/2023/S.No. 309, kcp. 4283, 18.6 (4) 1k

அம்மா **கண்ணம்மா**வுக்கும்
அப்பா **நடராஜ**னுக்கும்
அன்புடனும் மதிப்புடனும்

உள்ளடக்கம்

	முன்னுரை	11
	என்னுரை	15
1.	கதவு எண் 13/78	19
2.	கிளைகளிலிருந்து...	29
3.	மீட்சி	37
4.	இரவுக் காட்சி	48
5.	மதில்கள்	57
6.	காத்திருத்தல்	69
7.	வாக்குமூலம்	87
8.	வருகை	100
9.	மேய்ப்பர்கள்	109

முன்னுரை

கதை முடிந்த பின்னும் தொடரும் வாழ்வு

தமிழ்ச் சிறுகதை தனது வரலாற்றுப் போக்கில், பல்வேறு தசாப்தங்களிலும் வெவ்வேறு வடிவ பரிசோதனைகளையும் எடுத்துரைப்பு வகைமைகளையும் கோட்பாட்டுப் பரிசீலனைகளையும், உள்வாங்கியும் ஒதுக்கியும் கடந்தும் வளர்ந்தும் வந்திருக்கிறது. அவ்வகையில் இரண்டாயிரத்திற்குப் பிறகு எழுதப்படும் கதைகளை நோக்கினால், அவை பெரிதும் புனைவுத்தன்மை கொண்டதாகவும் உணர்வுச் சுழிப்புகளின் கவித்துவ தருணங்களை விவரிக்க முயல்பவையாகவும் எழுத்தாளனது மன அலைவு நீளத்திற்கேற்ப வடிவம்கொள்ளும் ஒரு விரிந்த சொற்பரப்பாகவுமே காணப்படுகின்றன.

தற்போது நிகழ்ந்துவரும் சந்தைப் பொருளாதார மாற்றங்கள் காரணமாக உலகம் ஒற்றைக் கூரைக்குள் சுருங்கத் தொடங்கிவிட்டது. இதன் விளைவாக முன்னெப்போதுமில்லாத வகையில் நம் பண்பாட்டு அடையாளங்களைத் துரிதமாக இழந்துவருகிறோம். இதன் எதிர்வினையாக நிலம், இனம், மொழி, ஜாதி, மதம் இவற்றின் அடிப்படையிலான வேர்களைத் தேடும் ஒருவகையான 'அடையாள மீட்பு' என்பது சமீபத்திய படைப்புகளில் ஒரு முக்கியக் கூறாக வெளிப்படுவதைக் காணலாம். ஆகவே உள்ளடக்க ரீதியாக மரபுடன் தொடர்ச்சியையும் இணக்கத்தையும் பேணும் அதே சமயத்தில் தொடக்கம், வளர்ச்சி, முடிவு என்ற நேர்க்கோட்டு வகையிலான கதை கூறல் முறையைத் தவிர்க்கவே தற்காலக் கதைகள் முற்படுகின்றன.

நவீனம் என்பதை விவரிப்பு ரீதியிலான ஒரு புதுமை என்ற அளவில் மட்டுமே மேலெழுந்தவாரியாகப் புரிந்து

கொண்டிருக்கும் சில இளம் எழுத்தாளர்களுக்கு மத்தியில் அவர்களுக்கு முதுகைக் காட்டியபடி திரும்பி நிற்கும் செந்தில், அழுத்தமான மொழிப் பிரயோகத்துடன் எதார்த்தவாத விவரிப்பி னூடாகத் தன் கதைகளை இயல்பாக நகர்த்திச்செல்கிறார். படைப்பு என்பதை மோஸ்தர் சார்ந்த ஒன்றாக அல்லாமல் வாழ்விற்கு இணையானதொரு தீவிரமான காரியமாகவே எடுத்துக்கொண்டிருக்கிறார் என்பதை இக்கதைகளை வாசிக்கும் போது உணரமுடிகிறது.

விதிவிலக்குகளைத் தவிர்த்துவிட்டால் இன்றைய கதை எழுத்து என்பது ஆற்றொழுக்கான நடையுடன், சரளமும் சகஜத் தன்மையும் கூடிய ஒன்றாகவே பெரும்பாலும் காணப் படுகிறது. மொழியின் புதிர்கள் முன் வாசகனைத் தயங்கி நிற்கச் செய்வதைக்காட்டிலும் புனைவின் வசியத்தால் அவனுடைய வாசிப்புத் தர்க்கத்தை கட்டியிழுப்பதையே தமது படைப்பு உத்தியாகப் பலரும் கைக்கொள்கிறார்கள். இதற்கு மாறாக செந்தில், தன் கதைகளில் அடர்த்தியான காட்சிகளை மொழி யின் தீவிரத்துடன் சித்தரிப்பதிலேயே அதிக கவனம் செலுத்து கிறார். காகிதம் முழுவதும் இடைவெளியின்றி கோடுகளால் நிரம்பியிருக்கும் ஒரு சித்திரத்தைப் போல இவரது கதைகள் நெடுகிலும் காட்சிகள் நெருக்கியடித்துக்கொண்டு நிறைந்திருக் கின்றன. இக்காட்சிகளின் துல்லியத்திற்காக இவர் அடுக்கும் தகவல்களின் அடர்த்தியால் இவரது மொழி இறுக்கமும் முடிச்சுகளும் கொண்ட ஒன்றாக மாறிவிடுகிறது. இது சரளமான வாசிப்புக்குப் பதிலாக, இடைவெளிகளைக் கோரும் நிதான மான வாசிப்பிற்கு வாசகனை உட்படுத்துகிறது.

நகரின் புறத்தே வாழும் அடித்தள மக்களின் அன்றாட வாழ்வுப் பாடுகளே செந்திலின் பிரதானக் கதைக்களம். மீட் பற்றத் துயரமும் கையாலாகாத கோபமும் மனக்கோணலும் ஊமைக் காமமும் குரூரமும் என எல்லாமும் கூடிய தீராத அவலத்திற்கு நடுவிலும் அவ்வாழ்வைக் கொண்டு செலுத்து வதற்கான சக்தியை எங்கிருந்து, எவ்விதமாக அவர்கள் பெறு கிறார்கள் என்ற விசாரமும் அதையொட்டிய அவதானிப்பு களுமே பெரும்பாலான கதைகளின் மையமாக அமைகின்றன.

கதைகளுக்குப் பாத்திரங்களின் வார்ப்பிலோ, நிகழ்வுகளின் கோவையாலோ, பக்கங்களின் எண்ணிக்கை அடிப்படையிலோ ஏற்படும் ஒரு முடிவு உண்டு. ஆனால் வாழ்க்கைக்கு அப்படிப் பட்ட முடிவு என்று ஏதுமில்லை. ஒரு நதியைப் போல அது தொடர்ந்து நகர்ந்தபடியே இருக்கிறது. வாழ்வின் ஆதாரமான உந்துவிசை அந்த இயக்கம்தான். அவ்வாறான இயக்கம் மிகுந்த சில தருணங்களையே உறையச்செய்து சிறுகதைகளென

முன்வைக்கிறார் செந்தில். அதனாலேயே சம்பிரதாயமான முடிவு என்று எதுவும் இக்கதைகளில் கூடிவந்திருக்கவில்லை.

முதல் தொகுப்பு என்றபோதிலும் முன்னோடிகளின் சாயல் எதுவும் தென்படாமலிருப்பது இக்கதைகளின் பலம். இவருடைய பல கதைகளிலும் இயல்பாக விவரிக்கப்படும் நிகழ்வுகளின் ஆழத்தில் கொந்தளிப்பான உணர்ச்சிகளின் சுழல் ஒன்று அடி யோட்டமாக ஓடிக்கொண்டிருப்பதை உற்று கவனித்தால் உணரலாம்.

எதார்த்த சித்தரிப்பு என்றே வைத்துக்கொண்டாலும் கதை யெழுத்து என்பது முழுக்கவும் வாழ்வின் நகலெடுப்பு அல்ல. வாழ்வின் எதார்த்தத்திலிருந்து கதையின் எதார்த்தம் வேறு பட்டது. நம் வாழ்வில் நடைபெறும் பல்வேறு நிகழ்வுகளுக்குள் எவ்விதமான காரண காரியத் தொடர்புகளும் இல்லாமலிருக்க லாம். அவை செய்தி முக்கியத்துவமோ, சுவாரஸ்யமோ அற்றவையாகக்கூட இருக்கலாம். ஆனால் கதையின் எதார்த்தம் அவ்வாறானது அல்ல. அதில் இடம்பெறும் ஒவ் வொரு தகவலும் நிகழ்வும் ஒரு குறியீடாகவோ, படிமமாகவோ மாறி, கதையின் தொனிப்பொருளுக்கு உள்ளார்ந்த காரணமாகி நிற்கும். இவர்களுக்கு, இவ்வளவில், இவ்வாறாகவே இந்த வாழ்க்கை விதிக்கப்பட்டிருக்கிறது என்று நமக்குக் காட்டிவிட்டு நகர்ந்துவிடும் செந்திலின் கதைகளில் அவரது வாழ்க்கை நோக்கு சார்ந்த குறிப்பமைதி எதுவும் துலக்கமாக வெளிப்பட வில்லை. அத்தகைய குறிப்புணர்த்தலையும் தொனிப் பொருளையும் பற்றிய கவனம் இவர் கதைகளில் கூடிவரும் போது, தனது உழைப்புக்குத் தகுதியான இடத்தை இவர் அடைவார். அதற்கான எல்லா அறிகுறிகளையும் இக்கதைகள் கொண்டுள்ளன என்ற அழுத்தமான நம்பிக்கையையே இத் தொகுப்பு நம்மோடு பகிர்ந்துகொள்கிறது.

க. மோகனரங்கன்

என்னுரை

ஒளி பாய்ச்சியவர்கள்

ஜே.ஜே. சில குறிப்புக்களைப் பற்றிக் கூறாமல் நிச்சயமாக இந்த உரையை என்னால் தொடங்க முடியாது. தன் காலம் முழுவதும் சுந்தர ராமசாமி எதை நோக்கி உரத்து பிடிவாதமாக விமர்சித்துவந்தாரோ அதன் சிறந்த பிரதிநிதியாக அப்போது இருந்தேன். அதில் திளைத்து மூழ்கிக் கிடந்தவனைத் தூக்கி தரையில் போட்டவன் ஜே.ஜே. ஜே.ஜே.க்கு முன் ஒரு சிறுகதையோ நாவலோ வாசித்த வழக்கமில்லாததால் அந்நாவலை நெருங்கிச் செல்ல மூன்றுக்கும் மேற்பட்ட வாசிப்புகள் தேவைப்பட்டன. இந்நாவல் குறுக்கீடாக வாழ்வில் நுழைந்திருக்கவில்லை யென்றால் இந்த இடத்தில் நானிருந்திருக்க வாய்ப்பில்லை. வாசிப்பு ரசனை சார்ந்து புத்தகங்களைத் தேர்ந்தெடுப்பதி லிருந்த திணறல்களையும் மதிப்பீடுகள் சார்ந்து இருந்த ஆரம்பக்கட்ட குழப்பங்களையும் பெருமளவு தீர்த்துவைத்த நூல் அவரது 'விரிவும் ஆழமும் தேடி'. அந்நூலின் வழி யாகவே நவீன படைப்பாளிகள் அனைவரையும் கண்டடைந் தேன். பிறகு தாமதிக்காமல் அவருக்குக் கடிதம் எழுதினேன். அதே ஆண்டில் இருபத்திரண்டாவது வயதில் அவரைச் சந்திக்கச் சென்றபோது, எங்களிடையேயிருந்த ஐம்பதாண்டு வயதின் இடைவெளி சுவராக நடுவில் நிற்குமோவென எண்ணிக்கொண்டிருந்தேன். வசீகரமிக்க புன்னகையாலும் ஈரம் உலராத அன்பாலும் அந்த அரைநூற்றாண்டைக் கடந்து அவரருகாகச் செல்ல சு.ரா. உதவினார். என்னை எழுதத் தூண்டி அவர் எழுதிய கடிதங்களின் வரிகள் கண்முன் நகர்கின்றன. அவருக்கு எழுதிய எண்ணற்ற கடிதங்களின் வழியாகவே என் படைப்புமொழி மெதுவாக மாற்றமடைந் திருக்கக் கூடுமென இப்போது உணர்கிறேன். என் முதல் கதையை படித்துவிட்டு அவருக்குப் பிடித்திருப்பதாகக் கூறி ஊக்கமூட்டும்வகையில் சுருக்கமாக இரண்டு வரிகளில்

கடிதமொன்று எழுதினார். அந்த வாரம் முழுக்க என் கால்கள் காற்றில் மிதந்தபடி இருந்தன. அதற்கு ஒரு மாதம் கழித்து அவர் உடலாக நாகர்கோவில் வந்துசேர்ந்தார். நண்பனாக அவரது பிரியம் கலந்த தோழமையையும் வாசகனாக சுந்தர ராமசாமியின் ஆளுமையையும் வணங்குகிறேன். ஒரு ஆசானுக்கு மாணவன் செய்யக்கூடியவையெல்லாம் அது ஒன்றுதான்.

எழுத முயன்று அது சார்ந்த வினாக்களோடும் ஐயங்களோடும் மனம் உழன்றுகொண்டிருந்த நாட்களில் அகஸ்மாத்தமாகக் கண்ணன் அழைத்து சத்தியமங்கலத்தில் நடக்கும் வாசகர் வட்டக் கூட்டத்தில் 'காலச்சுவடு' பற்றிய விமர்சன உரையை படிக்க முடியுமா என்று கேட்டார். என்னிடமிருந்த இதழ்களனைத்தையும் வாசித்து நீண்ட கட்டுரையொன்றை எழுதினேன். அதன் சுருக்கிய வடிவம் 'காலச்சுவடு' இதழில் வந்தது. எழுதிக் கைவிட்டிருந்த முதல் கதையை அதற்கு பின்னரே முடித்தேன். எழுத்து சார்ந்த பதற்றங்கள் அக்கட்டுரையை எழுதியதினூடாகவே வெளியேறியிருக்குமென்று தோன்றுகிறது. கண்ணன் என் மீது வைத்திருக்கும் அன்பை நானறிவேன். அவருக்கு என்றும் உள்ள அன்பும் நட்பும்.

முதல் கதை வெளியாகியிருந்திருப்பினும் அடுத்து எழுத முடியாதவாறு ஏதோ ஒரு அடைப்பு என்னுள் ஏற்பட்டிருந்தது. நான் மதிப்புக் கொண்டிருக்கும் சி. மோகன் அக்கதை வெளியான போதே படித்திருந்த நிலையில், அவரது 'புனைகளத்'திற்குக் கதை கேட்டார். அது என்னை வெகுவாக ஊக்கப்படுத்திற்று. அந்த உற்சாகத்தினூடாகவே என் மனத்தடை என்னை விட்டு விலகி ஓடியிருக்குமென நினைக்கிறேன். சி. மோகன் சொல்லித் தான் 'விஷ்ணுபுரம்' படித்தேன். ஜே.ஜே.க்குப் பின் எனை ஆகர்ஷித்த நாவலாக அது இருந்துகொண்டிருக்கிறது.

திட்டமிட்டு எழுதுதல் படைப்பு மனநிலைக்கு நேரெதிரானது என்ற உண்மையை இத்தொகுப்பிலுள்ள கதைகளை எழுதியதன் மூலமாகக் கண்டடைந்திருக்கிறேன். கட்டுரைக்கு வேண்டுமானால் அது பொருந்தக்கூடும். அதுவும் ஒரு கட்டம் வரைக்கும்தான். கதையை நகர்த்தி செல்பவன்/ள் என நினைத்திருந்த பாத்திரம் உதிரியாக மாறி பாதியில் கழன்றுபோய்விடுவதும், வந்து போகக்கூடியவன்/ள் எனக் கற்பனை செய்திருந்தவர்கள், அதுவரை எண்ணியே பார்த்திராத ஆட்கள் கதையினுள் நுழைந்து அதன் ஆதார சுருதியாக மாறிவிட்டதுமான இரசவாதம் இத்தொகுப்பிலுள்ள அனைத்துக் கதைகளுக்கும் நிகழ்ந்திருக்கின்றன. இந்த மாயம் நேர்கையில் கதையின் லகானை பிடித்திழுத்து அதன் ஓட்டத்தைத் தடுத்து நிறுத்த முயல்வது அக்கதைக்கு நாமிழைக்கும் அநீதியன்றி வேறல்ல. இக்கதைகளைப் பிரசுரமான காலம்

சார்ந்து அல்லாமல் எழுதப்பட்ட காலம் சார்ந்தே வரிசைப்படுத்தி யிருக்கிறேன்.

இக்கதைகள் வெளிவந்தபோதும் ஒரு சேரத் தொகுப்பாகவும் படித்து அதன் நிறைகுறைகளை விரிவாக எடுத்துக்கூறிய நண்பர் தேவிபாரதி மற்றும் இக்கதைகள் பற்றி நுட்பமாக உரையாடியதோடு மட்டுமல்லாமல் இத்தொகுப்பிற்கு முன்னுரையும் வழங்கியிருக்கும் நண்பர் மோகனரங்கன் ஆகியோருக்கு அன்பும் நன்றியும்.

இக்கதைகள் பிரசுரமான நேரத்தில் படித்துக் கருத்துக்கூறி ஊக்கமூட்டிய நண்பர்கள் எம். கோபாலகிருஷ்ணன் (சூத்ரதாரி), 'பொள்ளாச்சி' கோபால், கவிதா, தங்கை அமுதா, மன நெருக்கடிகளில் எப்போதும் உடனிருக்கும் நண்பர்கள் கார்த்திகேயன், சக்திவேல் மற்றும் தொடக்க நாட்களில் 'கனவு' இதழில் புத்தக விமர்சனப் பக்கங்களை ஒதுக்கித்தந்து எழுதத் தூண்டிய சுப்ரபாரதிமணியன், மெய்ப்பு நோக்கிய திரு. எம்.எஸ், முகம் சுளிக்காது உதவிய எங்களூர் நூலகர்கள் (என் வாசிப்பு பெருமளவு நூலகம் சார்ந்தது), கதைகளை வெளியிட்ட 'காலச்சுவடு', 'புனைகளம்', 'உயிர் எழுத்து', 'உயிர்மை' ஆசிரியர்களுக்கும் இந்நூல் உருவாக்கத்தில் துணைநின்ற ஷாலினி, பா. கலா மற்றும் காலச்சுவடு நண்பர்களுக்கும் இத்தொகுப்பைச் சிறப்பாக வெளியிடும் 'காலச்சுவடு' பதிப்பகத்திற்கும் உள்ளம் நிறைந்த அன்பும் நன்றிகளும்.

கே.என். செந்தில்

கதவு எண் 13/78

அவனுக்கு மூத்திரம் முட்டிக்கொண்டிருந்தது. அதற்காகத் தொடைகளில் இரத்தம் கட்டுமளவிற்கு நடந்திருந்தான். துளை தேடி அலையும் நாயைப் போல அந்நகரத் தெருக்களில் ஏறியும் இறங்கியும் சலித்திருந்தான். இன்னும் சற்றைக்கெல்லாம் உள்ளாடைக்குள் சொட்ட ஆரம்பித்துவிடும் எனும் பீதி, புடைத்திருந்த அடிவயிற்றி லிருந்து சன்னமாக இறங்கி, கால்களை நடுக்கமுறச் செய்தது. ஆசுவாசப் படுத்திக்கொள்ள நின்ற கட்டிடத்தின் நிழல், எதிர்க் கட்டிடத்தின் முதல் தளம் வரை – ஒரு கிழவி கால் நீட்டியதைப் போல மடிந்து நீண்டு கிடந்தது. அதன் இரண்டாம் தள ஜன்னலுக்கருகில் அமர்ந்திருந் தவளின் கண்கள் இவனையும் கோப்புகளையும் மாறி மாறிப் பார்த்தன. அமர்ந்தபடியே எட்டித் திரும்பிக் கோப்பை ரேக்கில் சொருகியபோது, இடுப்பின் வழ வழப்பில் வெயில் பட்டுக் கண்ணைக் கூசியது. தன்னைத் திடப்படுத்திக்கொண்டு பார்வையை வேறு பக்கம் திருப்பியபோது, ஒரு சந்திலிருந்து எட்டிக் குதித்த கிழவன், கால்களால் குழிபறிப்பவனைப் போல நிலத்தைத் தேய்த்துத் தேய்த்துச் செல்வதைக் கண்டான். அந்த இடத்தை நோக்கி மெதுவாக அடியெடுத்துவைக்காமல் தரையோடு உரசியபடி நடந்தான். அவனுடைய கால்விரல்களின் அச்சுகள் பதிந்து வெளிறிக் கிடந்த செருப்பு, தரையில் உப்புக் காகிதத்தைத் தேய்ப்பது போன்ற ஒலியை எழுப்பியது.

அவ்விடத்தை நெருங்க நெருங்க நாற்றம் ஒரு பழகிய நாயைப் போல வந்து முகர்ந்துவிட்டு மேலேற ஆரம்பித்து விட்டது. அந்த இடமே சொதசொதவென்றிருந்தது. அச்சந்தினூடாக அடுத்த தெருவை அடைய முடியாதபடி

நான்கைந்து அடிகளுக்கடுத்துக் காய்ந்த முட்களும் அதற்கடுத்து பெரிய கற்களும் கிடந்தன. சீரின்றி அடுக்கப்பட்டிருந்த அவற்றி லிருந்து சரிந்த இரண்டு கற்கள் ஈரத்தோடு கீழே கிடந்தன. இடுப்பில் கைவைத்து நின்றால் கைமுட்டிகள் சுவரைத் தொடு மளவுக்கு அதன் அகலம் இருந்தது. கால் பெருவிரலால் தரையை அழுத்தமாக ஊன்றிச் சற்று மேடாகவும் சற்று சுத்தமாகவும் – அப்படித்தான் அவன் நம்பினான் – இருந்த இடத்தை நோக்கிக் குதித்துச் சென்றான். அச்சிறு அதிர்வில் ஈக்கள் மாறிக் கலைந்து பறந்து வேறு இடங்களில் அமர்ந்துகொண்டன. அதற்குள்ளாகவே தங்கள் பழைய இடங்களை அவை மறந்து விட்டிருந்தன. இப்போது நாற்றம் அதிகமாக இம்சிக்கத் தொடங் கிற்று. தன் வெறுப்பனைத்தையும் திரட்டி, நாற்றத்தின் மீது காறி உமிழ்ந்தான். பழுப்பும் மஞ்சளும் கலந்த கோழை காலருகில் விழுந்தது. சற்று உற்றுப் பார்த்துவிட்டுத் தன் மூத்திரத்தால் அதைக் கரைக்க ஆரம்பித்தான். உடல் லேசாகிக்கொண்டே வந்தது. அக்கோழை தன்னைப் பல பிசிறுகளாக ஆக்கிக் கொண்டிருந்தது. அப்பிசிறு தன் எண்ணற்ற கைகளின் மூலம் அங்கிருந்து நீந்தி வெளியேற முயற்சித்துப் பிறகு முடி யாமல் பொங்கிய நுரையில் திணறிக் கரைந்தது. சட்டென அவனை நிலைகுலைய இடித்துத் தள்ளிக்கொண்டு வாயின் ஓரம் கங்கு எரிய ஒருவன் நுழைந்தான். சுவரைப் பிடித்து அமர்ந்தவன், தொடைகளில் மூத்திரம் தெறிக்கும் பிரக்ஞை யின்றிப் புகைவிடுவதில் லயித்திருந்தான். அது நெளிந்து மேலேறிச் சுவரொட்டியை மங்கலாக மறைத்துத் தாண்டிக் கலைந்தது. மீண்டும் அச்சுவரொட்டியை ஆவலோடும் குறுகுறுப் போடும் கள்ளத்தனமாகப் பார்த்தான். தன் வயதோடு அதன் சரிபாதியையும் சேர்த்துக் கடந்த, சராசரிக்கும் சற்று பருத் திருந்த ஒருத்தி குளித்துக்கொண்டிருக்க, அவளைப் பின்புற மிருந்து ஒருவன் நெருங்கிக்கொண்டிருந்தான். அக்குளியலில் நனைந்துபோயிருந்த வெள்ளாடையில் தெரிந்த அவள் முலை களின்மீது ஒட்டப்பட்டிருந்த காகிதத்தில் திரையரங்கின் பெயரும் காட்சிகளுக்கான நேரங்களும் ஒட்டப்பட்டிருந்தன.

2

கதவின் முன் நின்றுகொண்டு தன் ஆள்காட்டி விரலைக் கொக்கிபோல மடித்துத் தட்டினான். அது தகரக்கூரைமீது மழைத்துளி விழும் சத்தத்தை ஒத்திருந்தது. எப்பதிலும் கிடைக்கப் பெறாதவன், விசையோடு தள்ளித் திறந்து நுழைந்தான். அடி பட்ட மிருகம் வலியால் கத்துவதுபோல அது ஓசை எழுப் பிற்று. பின் அதுவாகவே சுருதி பிசகிய கணத்தில் தந்திக் கருவியிலிருந்து எழும் சப்தத்தின் சாயலோடு தன்னைச் சாத்திக்

இரவுக் காட்சி

கொண்டது. அறையெங்கும் நிரம்பியிருந்த இருள், வழிந்து பாதத்தைத் தொட்டது. நீர் இறைக்கும் சத்தம் மட்டும் விட்டு விட்டுக் கேட்டபடியிருந்தது. அவ்விருளை முடிந்த மட்டும் ஊடுருவிப் பார்த்தான். பிறகு கண்களைக் கால்களுக்கு நகர்த்தி, சுவரின் மீதோ எப்பொருளின் மீதோ மோதாமல் தரையை உரசியவாறே, அடுத்த அடியை மனத்தில் தீர்மானித்து வெகு நிதானமாகக் கால்களால் ஊர்ந்தபடியே அவ்வறையைக் கடந்தபோது, பரந்த இடத்திற்கு வந்து சேர்ந்திருந்தான். கண்ணாடி ஓட்டிலிருந்து இறங்கிய ஒளி சிறு இடத்தை மட்டும் வெளிச்ச மாக்கியிருந்தது. அதற்கருகில் அமர்ந்து மதுரம் குளித்துக்கொண் டிருந்தாள். சதை போட்டிருந்த உடலில் முன்பைவிடவும் வனப்பும் மெருகும் கூடியிருந்தன. துவைத்து முறுக்கிப் பிழிந்து வைக்கப்பட்ட துணிகள் பாத்திரத்தில் அடுக்கப்பட்டிருந்தன. கைகளில் நுரைக்க ஆரம்பித்த சோப்பை வைக்கத் திரும்பிய போது, இவன் நிற்பதைப் பார்த்துச் சிரித்தபடியே முகம் முழுக்கத் தேய்த்துக்கொண்டாள். வாசனை நாசியில் ஏறி, உடலில் பரவ, கண்களை மூடி அவ்வாசனையையும் அவள் உடலையும் பிரித்துவிட முடியுமா என்று யோசித்தபடியே நின்றிருந்தான். நீரின் சலசலப்பில் கவனம் திரும்பியபோது, அவள் முகத்தைக் கழுவிக் கொண்டிருந்தாள். அது உடலி லிருந்து வழிந்து பாதத்தின் அடியில் போய்த் தேங்கிற்று. வெகுநேரம் அலைந்து இப்புதிய வீட்டைக் கண்டுபிடித்து வந்திருப்பதன் ஆச்சர்யத்தைச் சொல்லிக்கொண்டிருந்தபோது, கயிற்றுக் கட்டிலில் முனகும் ஒலி கேட்டது. பார்வையை அப்பக்கமாகத் திருப்பியவுடன் கட்டிலில் உடல் மெதுவாக அசைந்தது. அவனை நெருங்கி அடையாளம் கண்டு சட்டையைப் பற்றித் தூக்கியபோது திமிறி விடுவித்துக்கொண்டு ஓடினான். இவன் மிகுந்த கவனத்துடன் வந்த இடங்களையும் முனைகளையும் அனாயாசமாகக் கடந்து எப்பொருளின் மீதும் மோதாமல் கதவை ஓசையோடு அறைந்துவிட்டு ஓடினான். அவளை நோக்கி மூச்சிறைத்தபடியே வந்தபோது பயந்து நின்றிருந்தவளின் உடலிலிருந்து ஈரம் காய்ந்துகொண்டே வந்தது. அவள், மழை முடிந்து அடிக்கும் வெயில்போலப் பளிச்சென்றிருந்தது அவன் மூச்சுக் காற்றில் சூட்டைக் கிளப் பியது. இவனுடைய இம்சைகளும் கேலியும் அதிகமென்றும், சமயங்களில் மிரட்டிப் பணம் பறித்துவிடுகிறான் என்றும் புகாரை அடுக்கினாள். ஈரம் உலர்ந்து குளிர்ச்சியோடிருந்த அவள் கையின் மீது தன் கையை இதமாக வைத்து, கண்களை மெதுவாக மூடித் தலையை வலத்திலிருந்து இடப்பக்கம் லேசாக வெட்டி அசைத்தான். அவன் பார்வை ஒட்டிக்கிடந்த ஆடையை வெறித்துக்கொண்டிருந்தது. மௌனத்தின் காரணம் கேட்ட

போது, அவன் சிரிக்க முயன்றது கன்னத்தின் நரம்பொன்று தவறாக இழுத்துக்கொண்டதுபோல இருந்தது. சட்டென, அவள் அவனுடைய கையைப் பற்றி உள்ளறைகளுக்குள் இழுத்துப் போனபோது ஒட்டிக்கிடந்த ஆடையினூடாகப் பின்புறம் அசைவதைக் கண்டான். ஆடையிலிருந்து சொட்டுச் சொட்டாக ஒழுகும் நீரைப் பார்த்தபடியே அதன் பின்னே உள்ளறைகளை நோக்கிப் போய்க்கொண்டேயிருந்தான்.

3

வெடித்த சிரிப்பிலிருந்து எழுந்த புகை, சுவரொட்டியை மறைக்க, பதற்றம் தொற்றக் கவனம் திரும்பியபோது, உள்ளே நுழைந்தவன் இன்னும் வெளியேறாமல் நின்றுகொண்டிருப் பதைக் கண்டான். அவன் சுவரொட்டியையும் குறியையும் மாறி மாறி – முகத்தில் ஒருவிதக் கேலி தொனிக்கப் பார்த்தபடி யிருந்தான். ஒன்றுக்கு நின்றுபோயிருந்த பிரக்ஞையின்றிக் குறியைப் பிடித்திருந்த விரல்களின் இடைவெளி அதிகமாகி யிருப்பதை உணர்ந்து, சட்டென உதறி உள்ளே திணித்துக் கொண்டு வெளியே குதித்தான். ஈக்கள் தூசிகள்போல மேலெழுந்து இறங்கின. இனி, இவன் கண்ணில்பட்டுவிடவே கூடாதென முடிவெடுத்துச் சாலையை அடுத்த கணத்தில் தொட்டு நுழைந்துவிட வேண்டும் எனும் வெறி தலைக்கு ஏற, கைகளை வழக்கத்திற்கு மாறாகக் காற்றில் வீசியடித்து அவனுடைய நிழலை அவனே மிதித்து துவம்சம் செய்தவாறு நடையில் வேகத்தைக் கூட்டிக்கொண்டே சென்றான்.

4

சாலையெங்கும் ஜனத்திரள் கலைந்தும் பின்னிக்கொண்டும் அலைந்துகொண்டிருந்தது. ஓரக் கடைகளின் சதுரங்களைத் தாண்டித் தொங்கிக் கொண்டிருந்த பத்திரிகைகள் அருகிலிருந்த பழக் குலைகளுக்குத் தம் நிழலைத் தந்துகொண்டிருந்தன. அரக்கத்தனமாக அடித்துக்கொண்டிருந்த வெயிலில் மூச்சிறைக்க வந்தபோது, அது சாலையை உருக்கிக் கொண்டிருப்பதாகத் தோன்றியது.

அன்று மிதமான வெயில் அடிப்பதை அந்தச் சிறிய வீட்டின் பெரிய ஜன்னலின் வழியே பார்க்க முடிந்தது. முன்னிரவில் பெய்த பெருமழையில் சுவர்கள் ஓதத்தால் ஈரம் காயாமல் விழுந்துவிடும் பலவீனத்தோடு நின்றுகொண் டிருந்தன. வீட்டின் ஒவ்வொரு மூலையிலிருந்தும் மறுமூலைக்குக் குறுக்குமறுக்காக ஓடிய இரும்புக் கம்பியில் துணிகள் உலரப் போடப்பட்டிருந்தன. அவற்றைச் சற்றே விலக்கியபோது, யசோதா சோர்ந்து கண்களைத் திறந்து மல்லாந்து படுத்துக் கிடந்தாள்.

பூஞ்சையான ஒடுங்கிய உடம்பின் வெள்ளை நிறம் மஞ்சளாக வெளிறிப்போயிருந்தது. ஈர மணலில் பறித்த குழிபோல, கழுத்து எலும்புகள் பளிச்சென்று துருத்திக்கொண்டிருந்தன. முன்பு காதலித்துத் திரிந்த நாள்கள் கண்களுக்குள் ஓடி மறைந்தன. அவனைப் பயம் தொற்றிக்கொண்டது. விலகிக் கிடந்த ஆடையி னூடாக வயிற்றைக் கூர்ந்து பார்த்தபோது, அது விலா எலும்பிற் கடியிலிருந்து மெதுவாக சற்று மேலேறிவந்து பட்டென்று உள்ளொடுங்கிக் கொண்டது. மூச்சு விடுவதை உறுதிப்படுத்திக் கொண்டது சற்றேனும் அவனுக்குத் தெம்பளித்தது. அந்த உடம்பு மற்றொரு உயிரைச் சுமந்திருப்பதும் அதை இன்னும் எட்டு மாதத்தில் பெற்றெடுக்கப் போவதையும் நினைத்தபோது, அச்சம் மனத்தைக் கவ்வியது. அவளுக்காக வாங்கி வைத்திருந்த இட்லிப் பொட்டலத்தை ஈக்களும் எறும்புகளும் மொய்த்துக் கொண்டிருந்தன. தன்னைத் திரும்பிப் பார்ப்பதற்குள் அங்கிருந்து சென்றுவிட விரும்பினான். ஏனென்றால் அவனுடைய வாழ்வைத் தலைகீழாக்கும் என்று நம்பியிருக்கிற லாட்டரிக் கட்டுகளின் முடிவுகள் அவனுக்காகக் காத்துக்கொண்டிருக் கின்றன.

அந்தச் சிறு சந்திலிருந்து விலகி இரண்டு தெருக்கள் தாண்டி வந்த அவனுடைய கால்கள் அங்கிருந்த தேநீர்க் கடைக்குள் நுழைந்து உள்ளுக்குள் இருந்த இரும்பு நாற்காலியை ‘வர்’ரென்று இழுத்துப் போட்டு அமர்ந்தன. கசங்கிய நாளிதழைத் தேடியெடுத்து எண்களை நிதானமாகத் தேட ஆரம்பித்தான். ஒவ்வொரு மாநிலமும் அவனைக் கைவிட்டுக்கொண்டிருந்தது. மிகப்பெரிய தொகையை மிகச்சிறிய எண்களின் இடைவெளி யில் இழந்திருக்கிறான். இவ்வளவு வருட அனுபவத்தில் இலக்கங் களைக் கணித்து எண்களைச் சலித்துத் தேர்ந்தெடுத்து உருவத் தெரிந்துகொண்டிருந்தான். அது எண்களின் இடைவெளியைக் குறைத்து தொகையின் அளவை அதிகப்படுத்தியபடியே இருந்தது. இன்று மிகக் குறைந்த எண்களுக்குள் மிகப் பெரிய தொகை கைநழுவிப் போயிருப்பதைக் கண்டான். உடம்பு முழுக்க வேர்க்க ஆரம்பித்தது. கையிலிருந்து உடலில் பரவிய நடுக்கத்தைக் குறைப்பதற்காக எழுந்து வெளியே வந்து தேநீருக்குச் சைகை செய்துவிட்டுத் தெருவை நோட்டம் விட்டான். அவ்வளவாகப் பழக்கமில்லாத அடுத்த வீட்டுக்காரன் அக்கடையை நோக்கி அந்தச் சேறு நிரம்பிய தெருவில், தன் மீது சேறு தெறிப்பதைக் கூடப் பொருட்படுத்தாமல் வழுக்கியும் விழாமல் ஓடிவந்து கொண்டிருப்பதைக் கண்டு திகைத்து நின்றான். அவனோ, கைகளைப் பிடித்து அவன் மீது பாதி சாய்ந்து வலது தோளுக் கருகில் முகத்தை வைத்து மூச்சுக் காற்றைச் சத்தத்தோடு வேகமாகக் கசகசவென்று வெளியேற்றியபடியே இவனுடைய

மனைவி மின்சாரம் தாக்கி இறந்து கிடப்பதாகக் கதறினான். பெரும் அலறலுக்குப் பின்னான வினாடித் துளியில் நிகழ்ந்து முடிந்துவிட்ட சாவு. பீதி, முகத்தில் பரவ அப்படியே ஸ்தம்பித்து நின்றான். டீக்கடையின் அகலத்தை முழுவதுமாக மறைத்து நின்றவர்கள் வேட்டியை மடித்துப் பிடித்துக்கொண்டு அவன் தலைதெறிக்க ஓடிக்கொண்டிருப்பதையும் அவனைப் பிடிக்க முடியாமல் பின்தங்கி விரட்டிக்கொண்டோடிய பக்கத்து வீட்டுக்காரனையும் உறைந்துபோய்ப் பார்த்துக்கொண்டிருந்தார்கள்.

வீட்டின் உள்ளேயும் வெளியேயும் நின்ற சிலைகள் அவனுடைய பாத ஒலி கேட்டு உயிர் பெற்றுப் பரபரக்க ஆரம்பித்தன. தாமதமாகத் தனக்குத் தகவல் தெரிவிக்கப்பட்டிருப்பதை ஐந்து மைலுக்கு அப்பாலிருந்த அவளுடைய அம்மாவை அங்கு கண்டவுடன் உணர்ந்துகொண்டான். சுற்றியிருப்பவர்களை விலக்கியபோது, துணி உலரப் போட்டிருந்த இரும்புக் கம்பியை இரு கைகளாலும் இறுக்கமாகப் பிடித்தபடியே யசோதா சுருண்டு இறந்து கிடப்பதைக் கண்டான். வெடித்துக் குமுறிக் குரலெடுத்து அழுதது கேட்டு வெளியில் நின்றிருந்தவர்கள் ஒவ்வொருவராக உள்ளே நுழையவும், முடியாதவர்கள் எட்டிப் பார்க்கவும் முயன்று வாசற்படியில் நெருக்கியடித்துக் கொண்டிருந்தார்கள். கைகளைக் கம்பியிலிருந்து எடுத்து நன்றாகத் தரையில் கிடத்தினான். பின்மண்டையின் முடியைப் பற்றி இழுத்து எறிந்த அவளுடைய அம்மா, "புள்ளயத் தொடாதடா! எப்பிடி உருக்கொலஞ்சு கிடக்கறான்னு பார்ரா... பாவி..." என்று ஓலமிட்டவாறு சட்டையைப் பிடித்து உலுக்கினாள். அவனது சட்டைப் பொத்தான்கள் இருவரது காலடியிலும் தெறித்து விழுந்தன. நிலைகுத்தி நின்ற அத்தனை பார்வைகளுக்கும் பயந்து ஒடுங்கிப்போய் மூலையில் சுருண்டுகொண்டான். காரியங்கள் துரிதமாக நடைபெறுவதை எல்லோராலும் புரிந்துகொள்ள முடிந்தது. அக்கம்பியைத் தொட்ட கணத்தில் வலிப்பு நோயின் உச்சபட்ச உதறலில் உடல் துடித்துச் சன்னமாக அடங்குவதுபோல அவள் உயிரும் பிரிந்திருக்கக்கூடும். அப்படியென்றால் அந்தச் சிசு... உடனடியாக அவற்றை மறந்து அவற்றிலிருந்து தன்னை விடுவித்துக்கொள்ள முயன்றான்.

இப்போது சாலையில் கூட்டம் குறைந்து போயிருந்தது. பக்கத்துக் கட்டிடத்திலிருந்து பெருத்த சரீரி ஒருவர் ரப்பர் செருப்பு படிக்கட்டில் ஓசை எழுப்ப இறங்கிவந்தார். அச்சத்தம் அவளுடைய அப்பா குழிமேட்டில் அவனுக்கு நேரங்கொடுக்காமல் கையோயும் வரை அறைந்து கீழே தள்ளியதை நினைவுறுத்தியது.

அவளுடைய துர்மரணத்திற்குப் பிறகு அவனைச் சூழ்ந்திருந்த வெறுமைக்கு ஈடுகொடுப்பது அவ்வளவு சுலபமாயிருக்கவில்லை. அதுவரை கால்கள் தொடக் கூசிய தெருவின் மணலில் அவனுடைய பாதங்களின் தடங்கள் நிறைந்திருந்தன. பெண்களிடம் பேசுவதற்கே தயங்கிய அவன்தான் அவர்களோடு வலிந்து போய் உறவை ஏற்படுத்திக்கொண்டான். பிறகு அவ்வுறவை விலக்க முடியாதவாறு அது அவனை உள்ளிழுத்துக் கொண்டது. கீழ்த்தரமான பழக்கங்களால் உடம்பு குச்சிபோல ஆகியிருந்தது.

சட்டென, சட்டையைப் பிடித்திழுத்த வண்டியொன்றிலிருந்து அதனைக் கிழியாமல் வெளியே எடுத்தபோது அதன் எண்ணைக் கண்டான். அங்கு நீண்ட வரிசையில் ஒழுங்கற்று வண்டிகள் நிறுத்தப்பட்டிருந்தன. அவற்றுக்குள் நுழைந்து செல்வதினூடாக முந்தைய மனநிலையிலிருந்து வெளிவரவும் அம்முகவரியை அடைந்துவிட முடியும் என்றும் நம்பினான். ஒவ்வொரு வண்டியைக் கடக்கும்போதும் அதன் நான்கு இலக்க எண்களைக் கூட்டி அதனை அக் கணிதச் சூத்திரத்தில் கணித்துக் கிட்டிய ஒற்றை இலக்க எண்ணின் பலாபலன்களைப் பற்றி தீவிரமாக யோசனை செய்தபடியே சென்றது சற்றேனும் அவன் மனத்தைச் சாந்தப்படுத்திற்று. அந்த யோசனையினூடாக நான்கு சக்கர நவீன வாகனங்கள் நின்றிருந்த பகுதிக்கு வந்து சேர்ந்திருந்தான். புழுதி நிரம்பிய பின்புறக் கார் கண்ணாடியொன்றில் வரைந்திருந்த இதயத்தைத் துளைத்துச் சென்ற அம்புகளின் இரு முனைகளிலும் எழுதப்பட்டிருந்த பெயர்களிலொன்று இவன் பெயரைக் கொண்டிருந்தது மேலும் மகிழ்ச்சியைக் கொடுத்தது. அப்போது பார்வை திறந்திருந்த மற்றொரு கார் ஜன்னலில் விழுந்தது. அடுத்த அடிக்குத் தயங்கியவனாக நின்றுகொண்டான். பின் இருக்கையில் ஆடைகள் கலைந்து கிடக்க ஒருத்தி தூங்கிக்கொண்டிருந்தாள். இதுவரை பார்க்கக் கிடைத்த மார்பகங்களில் வடிவத்தில் நேர்த்தியையும் அளவில் கச்சிதத்தையும் அது கொண்டிருந்தன. யாரேனும் கவனிக்கக் கூடும் எனும் பயத்தில் அங்கிருந்து நகராமல் சில்லறையைச் சரி பார்ப்பவன்போல் பாவனை செய்து ஜேபியில் விரலை நுழைத்துத் துழாவினான். சட்டை நூல்களின் பிசிறுகள் நகங்களுக்குள் சிக்கிக்கொண்டன. தன்னை நோட்டமிடும் கண்களிடமிருந்து தப்பிக்க – உண்மையில் அவனை யாரும் பொருட்படுத்தவில்லை – கடிக்காத செருப்பைச் சரிசெய்பவனாக மாறினான். குனிந்து வாரைப் பற்றி இழுத்துக்கொண்டே உள்ளே பார்வையைத் திருப்பியபோது, அடித்த காற்றில் ஆடை மேலும் நெகிழ்ந்திருந்தது. அப்போது திறந்திருந்த வலது சாளரத்தினூடாக நடைமேடையையொட்டி இருந்த கடையைக் கண்டான்.

பாதுகாப்புக் கருதி அவ்வாகனத்தைக் குறுக்காகக் கடந்து அங்கு சென்றான். வரிசையாக அடுக்கப்பட்டிருந்த பாட்டில் களின் தகர மூடிமீது தன் பைசாவை ஓங்கி வைத்தான். சில கணங்களுக்குப் பிறகு படுதாவை விலக்கியபடி நீண்ட, நடுங்கும் கையை அடுத்து வயோதிக உருவம் வந்து நின்றது.

“வில்ஸ் ஒண்ணு” என்றான்.

அவர் நடுங்கியபடியே எடுத்துக் கொடுத்து மூலையைச் சுட்டினார். அங்கு பாம்பைப் போலத் தொங்கிக்கொண்டிருந்த கயிற்றின் நுனியில் கங்கு விட்டு விட்டு எரிந்துகொண்டிருந்தது. அங்கு நகர்ந்து அதற்கு உயிர் கொடுத்து மெதுவாக இழுத்தான்.

உள்ளே சென்று உடல் முழுக்கப் பரவிய புகையைத் திரும்பியபடியே மெதுவாக விட்டபோது, அப்புகையினூடாக ஓர் உருவம் அசைந்து அவனைக் கடந்தது. காரின் பின்னிருக்கை காலியாகக் கிடந்தது. இவன் திரும்பிப் பார்த்தபோது, பிருஷ்டம் தனித்து அசையாமல் உடலோடு இயைந்து அசைய அவள் சென்றுகொண்டிருந்தது மனத்தில் கிளர்ச்சியைத் தூண்டியது. அவசரத்தில் பாக்கிச் சில்லறை கைமாறியபோது அது தவறி பாட்டில்களின் இடையே விழுந்து பலகைகளின் இடைவெளி யில் கீழே விழுவது கேட்டது. அவர் நிரண்டிக்கொண்டே துழாவ ஆரம்பித்தார். அச்சமயத்தில் இவன் வயதையொத்த பெண் ஒருத்தி மொணமொணத்துச் சிரித்து அவளோடு சேர்ந்து கொண்டாள். அவளது ஆடையே இரண்டாவது தோலாக மாறிவிட்டதைப் போல உடலை இறுக்கி நெரித்துக்கொண் டிருந்தது. அவர்கள் இருவரும் சில்லறையைப் பெற்றுக்கொள்ளும் இடைப்பட்ட நேரத்தில் இவனைக் கடந்து சென்றுவிட்டிருந் தனர். காரின் கதவுகள் அறைந்து சாத்தப்படும் ஒலியையும் இரண்டாவது முயற்சியில் கிளம்பத் தயாரான காரின் மெல்லிய ஒலியையும் கேட்டுத் திரும்பினான். அது அலட்சியமாக இவன்மீது கரிய புகையை அலையெனப் பரப்பவிட்டு நகர்ந்து மறைந்தது. அதற்குள்ளாகத் தீர்ந்துவிட்டிருந்த சிகரெட்டை மண்டிய எரிச்சலோடு வீசிக் காலால் அழுத்தி இழுத்தான். அது சிறிய கரிய கோடாயிற்று. அக்கோட்டிலிருந்து உடலைப் பின்னுக்குச் சற்றே வளைந்து எதிரே உற்றுப்பார்த்தபோது இவ்வளவு நேரமும் தேடிக்கொண்டிருந்த கதவிலக்கம் வெயில் பட்டுப் பளபளப்பதையும் அதன் இரண்டாம் இலக்கம் தேய்ந்து போய் இருப்பதையும் நெளியும் கானல் நீரினூடாகக் கண்டு குழம்பினான். இருப்பினும் அவனுடைய கால்கள் தன்னிச்சை யாக அவ்வீட்டின் திசையை நோக்கித் திரும்பின.

அவ்வீட்டை அடைவதற்குச் சாலையைக் கடக்க முயன்று திணறிக்கொண்டிருந்தான். அச்சாலையில் ஒவ்வொரு வாகனமும் மற்றொன்றிற்கு மறைமுகமான சவாலை விடுத்தபடியே போட்டியிட்டுக்கொண்டிருந்தது. இவனுடைய மந்தத்தனத்திற்கு நேரெதிரான சுறுசுறுப்பை அது கொண்டிருந்தது. சுற்றிலும் எழுந்த சலசலப்புகளும் கூச்சல்களும் அதிகமாகத் தொந்தரவு செய்தன. சாலையைக் கடந்து அவ் வீட்டிற்குச் செல்வதுதான் ஒரே வழி. அப்போது அசைக்க முடியாதபடி கால்கள் மரத்துப் போயிருந்தன. அவற்றைப் பழைய நிலைக்குத் திருப்பத் தரையில் ஓங்கி ஓங்கி அடித்தான். அவனை அறைந்து தள்ளியதற்குப் பிறகு பெரிய கல்லைத் தூக்கிக்கொண்டு அக்காடு முழுக்கத் துரத்திய அவளுடைய அப்பாவைக் காலடியில் போட்டு மிதிக்கிறோம் என்னும் போதத்தில் இடது முட்டி அளவிற்கு வலது காலை உயரத் தூக்கித் தரையில் அறைந்தான். கடந்து சென்றவர்களின் மிரட்சியான முகங்களிலிருந்த கேள்வியும் வினோதமும் சில நொடிகளுக்குள் ஒரு கேலிப் புன்னகையில் இயல்பிற்குத் திரும்பின.

அந்த இருவழிச் சாலையில் வாகனங்கள் ஒழுங்கற்றும் கும்பலாகவும் விலகி வழிவிட்டுச் சென்றுகொண்டிருந்தன. ஒரு அசட்டுத் தைரியத்தில் வலப்புறம் கையைக் குறுக்காக நீட்டி, சாலையின் பாதிவரை கடந்துவிட்டிருந்தான். இவன் குறிப்பை ஏற்று வாகனமும் தன் வேகத்தை மந்தப்படுத்தியபடி வந்துகொண்டிருந்தது. இக்குறுகிய நேரத்தைப் பயன்படுத்திப் பின்னே முட்டியபடியே வந்துகொண்டிருந்த மற்றொரு வாகனம் தன் பாதையிலிருந்து ஒடித்து விலகி அதனைக் கடந்துவிட மிதமிஞ்சிய வேகத்தில் வரத் தொடங்கியது. இதைச் சற்றும் எதிர்பாராதவன், அதன் வேகத்தையும் விசையையும் கண்டு பீதியுற்றுக் கால்கள் நடுங்கப் பின்வாங்க நினைத்தான். அதற்குள் அருகில் வந்துவிட்டிருந்த அவ்வாகனத்திடமிருந்து, யானையின் பிளிறலைப்போல எழுந்த ஹாரன் ஒலி சாலையைப் பிளக்க, அது தன்னை நிறுத்த அழுத்திய பிரேக்கின் ஒலியோ பிரம்மாண்டமான 'கிறீச்' என்னும் ஒலியை எழுப்பி, நடுவில் நின்றிருந்தவனைத் தன் பின் சக்கரத்தில் புரட்டித் தூர வீசியது. என்ன நேர்ந்தது என்பதுகூடத் தெரியாமல் தூரப்போய் விழுந்தான். அவன் இரத்தத்தின் மீது அவன் கிடந்தான். உடலிலிருந்து பெருகிய இரத்தம் அவனைச் சுற்றிலும் பரவத் தொடங்கியது. மெதுவாக தலைதூக்கிப் பார்த்தபோது, சாலையின் திருப்பத்திற்கு முன்பே மறிக்கப்பட்டு ஓரங்கட்டப்பட்ட

அந்த வாகனத்தை நோக்கிச் சிலரும் இவனை நோக்கிச் சிலரும் ஓடி வருவது தெரிந்தது. கலைந்து ஓடும் உடல்களின் இடை வெளியில் மங்கலாகத் தெரிந்த அவ்வாகனத்தின் எண்ணை மனத்தில் கூட்டிப் பொறிகளில் பதிவு செய்துகொண்டிருந்த போது அவன் கண்கள் மெதுவாக மூடிக்கொண்டன.

காலச்சுவடு, ஆகஸ்ட் 2005

கிளைகளிலிருந்து . . .

குளக்கரையின் மேட்டிலிருந்த செம்மண் பாதைக்கு வந்து சேர்ந்ததே சம்பத்துக்குப் போதுமென்றிருந்தது. அங்கு நிழலில் கிடந்த கருங்கல்லைக் கண்டதும் ஓடிப் போய் உட்கார்ந்து கொண்டான். காலையில் படுக்கையிலிருந்து எழுந்ததும் தம்பியோடு தேவையில்லாமல் போட்ட சண்டையால்தான் இப்படி அலையும்படி யாயிற்று. விடுமுறை தினங்களைக் கழிக்க அவன் தம்பியை விட்டால் இருக்கக்கூடிய ஒரே துணை பம்பரம் மட்டுமே. சம்பத்துக்கு பம்பரத்தின்மேல் சாட்டையைச் சுற்ற மட்டுமே தெரிந்திருந்தது. மணிக்கட்டை வெட்டி தரையில் எறிந்து அதை சுழலச்செய்யும் லாவகம் இன்னும் கைகூடி யிருக்கவில்லை. அந்த நாளை எட்டிவிடும் தூரம் மிக அருகில் வந்துவிட்டதாக ஒவ்வொரு நாளும் தூங்குவதற்கு முன்பு அவனது தம்பியிடம் – அவன் தூங்கிப் போயிருப்பது தெரியாமல் – புலம்புவது வழக்கம். அதற்கு பம்பரத்தை எப்படிப் பிடிப்பது என்பதையே அறியாத முருகனோடு ஆடுவதுதான் சம்பத்துக்கு ஒரே வழியாக தோன்றிற்று. இன்று அவன் மட்டும் ஏமாற்றாமல் இருந்திருந்தால் அமானுல்லாவைத் தேடி இவ்வளவு தூரம் கால் நோக நடந்து வந்திருக்க வேண்டியதேயில்லை என்று நொந்து கொண்டான். கோபத்தில் அங்கு கிடந்த கற்களைப் பொறுக்கி குளத்திற்குள் எறிந்தான். எந்தக் கல்லும் மேற்பரப்பில் பட்டுத்தெறித்து தாவிச் செல்லாதது அவனுடைய கோபத்தைக் கூட்டிற்று. கற்களுக்குப் பயந்து குளத்தில் பாதி மூழ்கியிருந்த மரத்திலிருந்த நாரைகள் எழுந்து பறந்தன.

அவன் நின்றிருந்த பாதையின் இருமருங்கிலும் செடிகள் அடர்ந்திருந்தன. அதற்கு மேலாக தட்டான்கள்

கே.என். செந்தில்

மிதந்து கொண்டிருக்க, பட்டாம் பூச்சிகள் அலைந்தபடியிருந்தன. பக்கத்தில் சுற்றிக்கொண்டிருந்த மஞ்சளில் கறுப்புப் புள்ளி யிட்ட பட்டாம்பூச்சியைப் பிடிக்க முயன்று செடியை நசுக்கி யதில் உள்ளங்கையில் இலைகள் கசங்கின. அரணாக்கயிற்றில் சொருகியிருந்த அரைநிஜாரின் பின்புறத்தில் துடைத்தவாறே அருகிலிருந்த இலையைத் துளையிடத் தொடங்கியிருந்த பொன்வண்டை அலுங்காமல் கையில் ஏற்றினான். இரண்டு வாரங்களுக்கு முன் விஸ்வம் செய்த காரியம் நினைவுக்கு வந்ததும் அவன் கைகள் தானாக நடுங்கின. இந்த பட்டாம் பூச்சி அவன் கண்ணில் மட்டும் பட்டிருந்தால் எளிதாகவே பிடித்திருப்பான். அதற்குப் பிறகு நினைத்துப் பார்ப்பது கசப்பாக இருந்தது. சற்றுப் பெரிய கல்லை எடுத்து அதன்மீது வைத்து விட்டு, கொண்டுவந்திருந்த நூலை நிஜாரிலிருந்து எடுத்து மற்றொரு கல்லில் கட்டி கல்லுக்கடியில் கிடக்கும் பட்டாம் பூச்சியை எடுத்து நூலின் மறுமுனையை அதன் கழுத்தில் முடிச்சிட்டதும் தூரமாக எறிவான். அது சற்று பறந்துவிட்டு கல்லின் கனம் தாங்காமல் கீழே விழுந்து, மீண்டும் பறக்க சிறகை அசைத்துக் கொண்டிருக்கும். மீண்டும் எடுத்து எறிவான். அது மண்ணில் விழுந்து எழ முடியாமல் கிடக்கும். அதன் கழுத்தோர நூல் சிவப்பாகியிருக்கும். கொஞ்ச நேரத் திற்குள் அது செத்தும் போய்விடும். உடனே அதனையும் கல்லையும் ஒன்றாகச் சுருட்டி தூர எறிந்துவிட்டுப் போய்க் கொண்டேயிருப்பான். விஸ்வம் சம்பந்தப்பட்டவை அனைத்தும் சம்பத்துக்கு சண்டையிலேயே முடிந்துகொண்டிருந்தது. எப் போதுமே இருவருக்கும் ஒத்துப் போகாமலேயே இருந்தது. தொலைவிலிருந்து பாட்டில்கள் ஒன்றையொன்று உரசி மோதிக் கொள்ளும் ஒலி மிதிவண்டியின் 'கிறீச்'சோடு கலந்து கேட்டது. தலைதூக்கிப் பார்த்தான். அமானுல்லாவின் அப்பா, உயிரைக் கொடுத்து பெடலை மிதித்து, ஒரு பள்ளத்தில் இறங்கினார். மற்றுமொரு மேடேற வேண்டியதன் கோபம் அவர் முகத்தில் தெரிந்தது. சைக்கிளின் ஒரு பக்கச் சுமையை வேறு அவர் சரிக்கட்ட வேண்டியிருந்தது. கேரியரின் இரு புறங்களிலும் தொங்கும் சாக்குப் பைகளில் ஒன்றில், இரண்டு மூன்று காலிப் பாட்டில்கள் கிடக்க, மற்றொன்றில் கல் உப்பு கழுத்தளவிற்கு நிறைந்திருந்தது. அதில் புதைந்து கிடந்த தராசுத் தட்டுகளின் முனையை அவனால் பார்க்க முடிந்தது. அவர் சிரித்து சம்பத் பார்த்ததேயில்லை. அவரது இடது காலின் மேற்பாகத்தை ஒரு தகரம் கிழித்து, அது புண்ணாகி சீழ்ப்பிடித்து கணுக்கால் வரை கால்பந்து அளவிற்கு வீங்கிவிட்டிருந்தது. அவர் வெகு சமீபத்தில் வந்துவிட கைகளுக்குள் பொன்வண்டை பொத்திக் கொண்டு அவருக்கு வழிவிட்டு நின்றான். அதற்குள் பார்வையை

நிமிர்த்த முடியாதவாறு அவர் கட்டுப்பாட்டை மீறி புதை மணலுக்குள் சக்கரங்கள் சென்றுவிட்டன. முகத்தில் எலும்புகள் புடைக்க பற்களைக் கடித்து காலூன்றாமலேயே வண்டியை வழிக்குக் கொண்டு வந்தார். அப்போது அவரைப் பார்க்க சம்பத்துக்குப் பயமாகயிருந்தது. கறுப்பிலும் சிவப்பிலும் ஓதி மந்திரித்துக் கட்டப்பட்டிருந்த கயிறுகள் கணுக்காலோடு இறுகிக் கிடந்தன.

பொன்வண்டை இரண்டு கைகளுக்குள் மாறி மாறி ஏற்றி இறக்கிக் கொண்டிருந்தான். வீட்டிலிருந்து கிளம்பியதும் ஒரு குறுக்குச் சந்து வழியாகச் சென்ற சம்பத், அடுத்த தெருவின் இடது வரிசையில் நடுவிலிருக்கும் முருகனின் வீட்டுக்குப் பின்பக்க வழியில் சென்றான். பின்கட்டின் ஒரு பகுதி சுவ ரில்லாமல் திறந்து கிடந்தது. மேல் வாசற்படியில் அமர்ந்திருந்த முருகனுடைய அம்மாவின் கொண்டையில் பேன்சீப்பின் பற்கள் அழுந்திக் கிடந்தன. கீழே கிடந்த முடிச்சுருள்கள் காற்றுக்கு பந்து போல உருண்டு கொண்டிருந்தன. சம்பத்தின் நிழல் கீழ்வாசற்படியில் விழுந்ததும் நிமிர்ந்து பார்த்தாள்.

“முருகெ இருக்கானுகளாக்கா?” என்றான்.

“லீவு வுட்டா இதே பொழப்பாப் போச்சுடா உனக்கு. பொழுதினிக்கும் முருகா முருகான்னு வந்துட்டு.”

“ . . . ”

“ஏன்டா முழிக்கிறே . . . அவ அவுகப்பங்கூட வேவாரத்துக்குப் போயிருக்கறான்.”

எதிர்வீட்டிலிருந்து காலண்டரோடு வந்த முருகனின் தங்கை, அவன் சட்டையை இழுத்துவிட்டுவிட்டு உள்ளே ஓடி, அரிசி மூட்டை மீதேறி அதனை மாட்டினாள். அருகில் சட்டமிடப்பட்ட கறுப்பு வெள்ளை புகைப்படத்தில், காதளவு நீளம் கொண்ட கிருதாவோடு நின்றிருக்கும் முருகனது அப்பா வின் இடது தோள் பாதியை மறைத்துக்கொண்டு முன்நிற்கும் அவனது அம்மாவின் மிடுக்கு இன்னும் குறையவில்லை எனத் தோன்றியது. அப்போது உள்ளே தங்கையின் கையை தட்டிவிடும் மற்றுமொரு கையைக் கண்டான். கட்டை விரலுக் கருகில் ஆறாவது விரல் முளைத்திருந்த கை அது. சந்தேகமே யில்லாமல் முருகனேதான். சம்பத்தே ஒடுங்கிப் போய்விடும் படியான ஒரு அதட்டல் எழுந்ததும் இரண்டு நிழல்களும் பதுங்கியபடியே முன் அறைக்குச் சென்றன. ஏமாற்றிய முருகனின் மீது சம்பத்துக்கு கோபங்கோபமாக வந்தது. கண்ணாடி யின் பளபளப்பு முகத்தை உறுத்த தலையைத் திருப்பிப் பார்த்தான். அங்கு மடக்கக் கூடிய ஸ்டூலில் முதுகைக் காட்டி

அமர்ந்து சாவதானமாக மீசையின் ஓரத்தை அளவெடுத்து நறுக்கிக் கொண்டிருந்தவனைக் கண்டான். நற்பணி மன்றத்துத் திண்ணையில் அவனைப் பார்த்திருக்கிறான். ஒருமுறை கண்களில் புகைவிடும் மாயத்தை காண அவனையே பார்த்தபடியிருந்தான். சிகரெட்டின் நுனி சம்பத்தின் மணிக்கட்டை நெருங்கி வருவதைக் கண்டதும் அவனது கையைத் தட்டிவிட்டு ஓடியது இன்னும் மறக்காமல் நினைவிலிருந்தது. அடையாளம் கண்டு, மிரட்டுவானோ என்று பயந்து அங்கிருந்து நழுவினான்.

காட்டுத் தவளையின் நிறத்திலிருந்த இலைமீது அந்த பொன்வண்டை வைத்தான். அது தண்டுக்கு நகர்ந்தது. சட்டென எங்கும் வெயிலே இல்லாமல் சாயங்காலம்போல மாறிற்று. சற்று நேரத்திற்குள்ளாகவே தூரத்தில் தென்பட்ட பனைமரங்கள் மீது வெயில் வந்துவிட்டிருப்பதைப் பார்த்துக்கொண்டிருக்கும் போதே, அது சம்பத்தின் மீதேறி வெகுதொலைவுக்குச் சென்று கொண்டிருந்தது. நிலத்தில் உஷ்ணம் ஏறிக் கொண்டதில் பூமி வெக்கையாக காய்ந்தது. நிஜாரில் திணித்திருந்த பம்பரம் தொடையை அழுத்த எழுந்து நிற்கவும், சற்றைக்கு முன் கிழித்தெடுத்த, புற்களை அசை போட்டுக்கொண்டிருந்த எருமை அருகில் வரவும் சரியாகயிருந்தது. தண்ணீர்த் தொட்டியின் நிழலையொத்த அதன் நிழலில் வந்தமர்ந்த காகம் தன் அலகில் துடிக்கும் மீனைப் பற்றியிருந்தது. அதனை கால்களுக்கிடையில் வைத்து, மீனின் கண்ணைக் குத்திக் கிளறியது. கையில் சிக்கிய கல்லை எடுத்து எறிந்ததும் பறப்பதுபோல பாவனை காட்டி விட்டு, தத்தித் தத்தி அருகில் வந்து மீனின் வயிற்றைக்கிழித்து குடலை வெளியே இழுத்துப் போட்டது. எருமை கழுத்தை அதன் பக்கம் சொடுக்கியதும் மிரண்டு அருகிலிருந்த மரக் கிளையில் அமர்ந்தது. வயிற்றைப் புரட்டிய அக்காட்சியைக் கண்டதும் அமானின் வீட்டுப் பக்கமாகப் பார்வையை மாற்றினான். சற்று தொலைவிலிருந்த அமானின் வீட்டு மேற்கூரையில் காகங்கள் அமர்வதும் இறங்குவதும் மீண்டும் மேலேறி வருவதுமாக இருந்தது. சூடான மூச்சு பின்சட்டையில் பட்டதும் பயந்து ஒதுங்கினான். அவனைக் கடந்து குளச்சரிவில் இறங்கத் தொடங்கிவிட்ட எருமையின் கொம்பொன்றில் அமர்ந்து யானை மேற்செல்லும் பாகனைப் போல காகம் ஆடி அசைந்து கீழே இறங்கிக்கொண்டிருந்தது.

பள்ளத்தில் இறங்கியதும் திரும்பிய செம்மண் பாதை, காலியாகக் கிடந்த முன்வீட்டை முட்டியதும் காணாமல் போய்விடும். அதற்கொட்டிய வீட்டின் வெளித்திண்ணையை விட்டு இம்மியும் நகராமல் சதாகாலமும் பொடிமட்டை கட்டிச் சோர்ந்துபோன அமானின் நாணி, வெளிச்சம் மறைவது

கண்டு நிமிர்ந்து சம்பத்தைப் பார்த்ததும் மீண்டும் வேலையில் முனைந்தாள். ஒவ்வொரு வீட்டு வாசலுக்கு அருகிலும் தரையைக் கீறிவிட்டது போன்ற சாக்கடைகள் இருக்க, அது சில அடிகளுக்குப் பிறகு அடுத்த வீட்டின் சாக்கடையோடு கலந்து முக்காலளவு குப்பைகளால் மூடப்பட்டுவிட்ட கிணற்றுக்குள் இறங்கியது. பாம்புகள் சாதாரணமாக புழங்கும் இடம் அது என்பதால் மற்ற வீடுகள் காலியாகக் கிடந்தன. வாசலின் மேல் கால் வைப்பதற்குள் அவனைச் சுற்றி வளைத்த கோழிக் குஞ்சுகளில் அவனுக்கு மிகப்பிடித்த நீலநிறக் குஞ்சு அவன் பாதத்தில் ஏறி தன் சிறுநகத்தால் கீறிவிட்டு இறங்கி ஓடியது. மற்றொரு காலால் அதை தேய்த்து விட்டபடியே வீட்டின் உள்ளே தலைநீட்டி குரல் கொடுத்தான். அந்த வீட்டை சுவரொன்று தடுத்து இரண்டு அறைகளாகப் பிரித் திருந்தாலும் அவனுடைய அம்மா திரைச்சீலையொன்றை குறுக்காகத் தொங்கவிட்டு அதை மூன்றாக மாற்றியிருந்தாள். முன்னறையில் அமர்ந்திருந்த அக்காள்களின் விரல்கள் கனகாம் பரங்களை வேகமாகப் பொறுக்கி எடுத்துக் கட்டிக் கொண் டிருந்தன. குரலைக் கேட்டதும் மூத்தவள் சமையற்கட்டின் பக்கமாகச் சுட்டிக் காட்டினாள். திடுமென சைக்கிள் மணி கேட்டு ஒரே சமயத்தில் அவர்களோடு சம்பத்தும் வாசலைப் பாாத்தான். பொடிமட்டையைப் பிரித்து கடைவாயோரம் வைத்துக் கொண்டிருந்த குமார், அங்கிருந்தபடியே மல்லிகைப் பூப்பையை உள்ளே எறிந்தான். உடனே இருவரும் தாவணி யின் முந்தானையை எடுத்து முக்காடிட்டுக்கொண்டார்கள். கோபத்தில் சின்னவள் கத்தினாள்.

“திமுறா ... கைக்கென்ன நொட்றவேலயா? உள்ளகொண் டாந்து வெக்கறதுக்கென்ன மொடைமயிறு?”

“ஒக்காந்துக்கிட்டே கிடக்கெறவங்களுக்கென்ன? அங்கா ருந்து வெயில்ல உன்னப்புடி என்னப் புடின்னு வர்றதுக்குள்ள கண்ணாமுளி திருகீறுது ...”

“நா வேன்னா காலமுக்கி விடட்டுமா? மூஞ்சியும் மொகரையும் ... கட்டுன கணக்குக்கு உங்கப்பனா பணங்கொடுப் பான். மொதல்ல அதெக்கொண்டா ... அப்புறமா தூக்கிட்டு வா உன் பூவையும் பொடலங்காயையும் ...”

இவ்வளவு கோபமாகப் பேசியும் அவன் சாதாரணமாக நின்றுகொண்டிருந்தான். அவளும் மெதுவாகச் சிரிப்பதுபோலப் பட்டது. பேசிக் கொண்டே உள்ளே நின்றிருந்த சம்பத்தின் அருகில் அவன் வந்துவிட்டிருந்தான். சிரிப்பை வெளிக்காட்டாத வாறு சாயம்போன முக்காடின் நுனியை இழுத்து, சின்னவள் தன் வாயைப் பொத்திக்கொண்டாள். விசாரிப்பைக்கூட கெட்ட

வார்த்தையிலிருந்து தொடங்கும் பழக்கமுள்ள அமானின் அம்மாவுடைய பேச்சுச் சத்தம் எங்கிருந்தோ நெருங்கியபடி யிருந்தது. உடனே சட்டைப் பையிலிருந்த நூற்கண்டை அவள் மேல் எறிந்துவிட்டு அங்கிருந்து குமார் மறைந்தான்.

அடுக்களைக்குப் பக்கத்திலிருந்த ஜலதாரைத் திட்டு மேல் குத்த வைத்திருந்த அமானுல்லா, சாணை பிடித்து நெடுநாளான கத்தியைக் கொண்டு மீனை சுத்தம் செய்து கொண்டிருந்தான். சம்பத்தின் நிழலைக் கண்டு எழுந்து நின்றான். முழங்கால்வரை ஒட்டியிருந்த மீன் செதில்களைக் கண்டதும் அவனே மீனாக மாறிவிட்டதுபோல இருந்தது. சம்பத் சாட்டை சுற்றப்பட்டிருந்த பம்பரத்தை டவுசரிலிருந்து எடுத்துக் காட்டி னான். உள்ளே வைக்கும்படியும் பின்னாலேயே வந்துவிடுவதாக வும் சைகை செய்து தாழ்வாரத்தின் பொந்திலிருந்த பம்பரத்தை எடுத்துத் தந்து வீட்டின் பின்புறத்தைச் சுட்டி, போய்விடுமாறு கண்களால் கெஞ்சினான்.

கைகால் புரியாத சந்தோஷத்தில் சம்பத் துள்ளினான். சீழ்க்கை எழுப்பத் தெரியாததை மறந்து காற்றில் உதட்டைக் குவித்து ஊதிக்கொண்டே முட்செடிகளை விலக்கியவாறு அவர்கள் வழக்கமாக கூடும் இடத்திற்கு வந்து சேர்ந்தான். அங்கிருந்த மரமொன்றிலிருந்து திடுமென விஸ்வமும் ஐயப்பனும் குதித்ததில் நிலம் அதிர்ந்து வெண்புழுதி எழுந்து அடங்கிற்று. அங்கு முளைத்துக் கிடந்த மசக் காளான்களின்மீது ஊர்ந்து கொண்டிருந்த எறும்புகள் அவர்களின் காலடியில் நசுங்கின. தனக்கும் விஸ்வத்துக்கும் முடிக்காமல் நிலுவையிலிருக்கும் ஒரு பாக்கியை இன்று அவன் தீர்த்துக்கொள்வான் என்று பட்டது. அது பலி கொள்ளப்போவது பம்பரமாக இருக்கக் கூடாதே என்று வேண்டிக்கொண்டான். முருகனை நினைத்து காறித்துப்பினான். சந்தை மதிலைத் தாண்டிக் குதிக்கும் அமா னுல்லாவைக் கண்டதும் சம்பத்துக்குப் புதுத் தெம்பு வந்தது. சூட்டோடு வட்டத்தை அவசரமாக கிழித்த சம்பத் பிறரது முகங்களைக் கூர்ந்து பார்த்தான்.

நான்கு பேரும் வட்டத்தைச் சுற்றி நின்ற நொடியில் ஐயப்பன் 'ஜூட்' என்றான். மடமடவென அவரவர் பம்பரங் களுக்குச் சாட்டையைச் சுற்றத் தொடங்கினார்கள். அதற்குள் ளாகவே அமானும் விஸ்வமும் விட்டெறிந்த பம்பரங்கள் அழகாகச் சுற்றத் தொடங்கின. சொல்லி வைத்தாற்போல ஐயப்பனுக்கும் சம்பத்துக்கும் 'எலி' பிடித்து சாட்டையின் நுனியில் பம்பரம் தலைகீழாகத் தொங்கி ஆடிக்கொண்டிருந்தது. சாட்டையால் சுழி போட்டு 'அபீட்' என்றார்கள் இருவரும் ஒரு சேராக. இவர்கள் இருவரும் கரத்திற்குள் பம்பரத்தை

வைத்தார்கள். சம்பத் அமானின் பின்னும் ஐயப்பன் விஸ்வத்தின் பின்னும் நின்று கண்களால் கெஞ்சிக் கொண்டிருந்தார்கள். வட்டத்திற்குள் பதிந்து போயிருந்த சம்பத்தின் கண்களைக் கண்ட அமானுல்லா, சுழன்று கொண்டிருந்த பம்பரத்தை கையால் நடுவிரலுக்கும் ஆட்காட்டி விரலுக்குமிடையில் லாவக மாக எடுத்து அதை சம்பத்தின் உள்ளங்கைக்கு மாற்றினான். பொன்வண்டை ஏற்றிய குறுகுறுப்பை மீண்டும் உணர்ந்தான். இதை சகித்துக் கொள்ளமுடியாத விஸ்வத்தின் சாட்டையி லிருந்து ஆக்ரோஷமாக வெளியேறிய பம்பரம் சம்பத்தினுடைய பம்பரத்தின் தலை மீது கொத்திவிட்டு மஞ்சள் நிறத்திலிருந்த ஐயப்பனின் பம்பரத்தை வெளியே எடுத்தது. அச்சத்தினூடேயே அமான் ஆடிக்கொண்டிருக்கிறான் என்றுபட்டது. சந்தை மதிலுக்குப் பின்னாலிருந்து எந்நேரத்திலும் அமானின் அம்மா தோன்றி, அம்மதிலில் விழும் நிலையிலிருக்கும் காரையைப் பெயர்த்தெடுத்து எறிவாள் எனும் பயம் அவனை தடுமாறச் செய்துகொண்டிருந்தது. வேர்த்துப்போன கையால் பதட்டமாக சாட்டையைச் சுற்றி எறிந்தான். அது சுழலாமல் நான்கைந்து முறை உருண்டு தலை கவிழ்ந்து நின்றது. சம்பத்தின் ஆபத் பாந்தவனும் வட்டத்திற்குள் சிக்கிக்கொண்டதில் விஸ்வமும் ஐயப்பனும் ஒரு பார்வையை அவன்மீது எறிந்து ஒதுக்கி வைத்தார்கள். சட்டென்று எங்கும் வெயில் தணிந்ததும் கருக்கல் கட்டத்தொடங்கிற்று. தட்டான்களும் பறக்க ஆரம்பித்தன. காற்றில் கலந்திருந்த ஈரத்தின் அடர்த்தியை ஒவ்வொரு மயிர்க் கால்களும் உணர்த்தின.

"மோடம் போட்டிருச்சு ... மழ வர்றதுக்குள்ள வூட்டுக்குப் போயிரலாம் ... நாளெக்கி வேணா ஆடலாண்டா விசு" என்றான் சம்பத்.

அவன் சம்மதித்து விடுவான் என்று தோன்றியது. குறுக்கே புகுந்த ஐயப்பன், "அந்த ஈரவெங்காயமே வேண்டா ... இன்னெக்கி எவென் பம்பரமாவது ஒடையணும். அதுவரைக்கும் புடுச்சிக்கிட்டு பேசாம நில்லு" என்றான்.

சம்பத் அமானுல்லாவைப் பார்த்தான். சந்தை மதிலின் மேல் அவன் கண்கள் நிலைக்குத்தியிருந்தது. ஆள் மாற்றி ஆள். அவனது பம்பரத்தை அவர்களது பம்பரங்களால் அசைத்த படியும் புரட்டியபடியும் போக்குக்காட்டிக் கொண்டிருந்தார்கள். மரக்கிளைகள் முறியும் அளவிற்கு காற்று வீசத் தொடங்கியதும் மேகங்கள் கலைந்து நகரத் தொடங்கின. தூங்கி விழப்போன வனை வகுப்பறையில் சம்பத் ஓங்கி வைத்த கொட்டு விஸ்வத்தின் நினைவுக்கு வந்தது. ஆணியின் நுனியை நாக்கில் தொட்டு, ஒற்றைக் கண்ணில் அளவெடுத்த விஸ்வம், அரை வட்டமாகச்

சுற்றி பம்பரத்தை வட்டத்திற்குள் எறிந்தான். அடுத்த நொடியில் இரண்டு துண்டுகளாக பிளந்து, உள்ளேயும் வெளியேயும் கிடக்கும் தன் பம்பரத்தை சம்பத் ஆற்றாமையோடு வெறித்துப் பார்த்துக்கொண்டிருந்தான். கூக்குரலிட்டபடி இருவரும் புழுதி கிளம்ப ஆடத் தொடங்கினார்கள். அங்கு நிற்கப் பிடிக்காமல் பம்பரத்தை எடுத்துக் கொண்டு அமானுல்லா மதிலைத் தாண்டுவதைக் கண்டதும் சம்பத்தின் தலை தொங்கிப்போயிற்று.

இப்போது வெயில் ஏறிவிட்டிருந்தது. சம்பத் அருகிலிருந்த தடித்த வேர்மீது அமர்ந்தான். வெள்ளைச் சட்டையொன்று அருகே வந்துகொண்டிருப்பதைக் கண்டதும் அது முருகனென அறிந்தான். முருகன் தனது அரை நிஜாரிலிருந்து பம்பரத்தை வெளியே எடுத்து, பிளந்துகிடந்த பம்பரத்தைப் பார்த்ததும் உள்ளே வைத்தான். மூக்கு விடைக்க, விம்மல் தொண்டையை அடைத்தது. அழுவதை அவன் பார்த்துவிடக் கூடாது என்றெண்ணி அவனுக்கு முதுகைக் காட்டியவாறு வீட்டை நோக்கி நடக்கத் தொடங்கினான். அவனோ பெயரைச் சொல்லி கூப்பிட்டபடியே பின்னால் வந்து கொண்டிருந்தான். அவன் குரல் சன்னமாகி அடங்கியதும் சிறிது தூரத்திற்குப் பிறகு அவன் நின்று விட்டிருப்பதை உணர்ந்தான். அங்கிருந்த பெரிய மரமொன்றின் மறைவில் நின்றுகொண்டு, சம்பத் அடக்க முடியாமல் கேவிக் கேவி அழுதபடியே வீட்டைநோக்கி நடக்கத் தொடங்கினான்.

***உயிர் எழுத்து*, அக்டோபர் 2007**

மீட்சி

காலை எந்தப் பக்கமும் அசைக்க முடியவில்லை. கெண்டைச் சதையில் கொக்கி சொறுகி இழுத்தது போல வலி எடுத்தது. உறக்கம் கலைந்து புரண்டபோது மூக்கையாவின் முகமும் அவர் சொன்ன அடையாளங் களும் ஒவ்வொன்றாக – வரிசை மாற்றி – மனதிற்குள் வந்து கொண்டிருந்தன. போர்த்தியிருந்த கைலியை விலக்கி எழுந்து, கால் கட்டை விரலில் நின்று பெரிய ஊளையோடு சடவு முறித்ததில் சொடக்குகள் உடம்பிலிருந்து தெறித்தன. இன்னும் தூக்கம் மிச்சமிருந்ததால் கண்கள் தணலாக எரிந்தன. எதிரே, கணுக்காலை வெள்ளையங்கி மூடி யிருக்க, தோளில் புரண்ட கேசத்தோடு ஆட்டை அணைத் திருக்கும் கிருஸ்துவின் படத்தைக் கண்டதும் கண்களை மூடி சிலுவைக் குறியிட்டுக் கொண்டான். பசியால் வயிற்றுக்குள் குமிழ்கள் உடைவது போலவும் அது கிர்ரென்று மேலேறி வருவது போலவும் சத்தம் கேட்டது. இரவு அணைத்து வைத்திருந்த பீடியை மற்றொருமுறை பற்றவைத்துக் கொண்டான். பசியை ஒத்திப்போட லாரன்ஸ் சொல்லித் தந்த பாடம் இது. கண்கள் சற்றே தெளிந்தது போல இருந்தது.

ஓடு வேயப்பட்ட இரட்டைச் சார்பு வீடுகளுக்கு மத்தியில் அபூர்வமாகவே காங்கிரீட் கட்டிடங்கள் தென் பட்டன. இந்தப் பகுதிதானா என்று குழப்பமாகயிருந்தது. உறுதிப்படுத்திக்கொள்ள மீண்டும் அவ்வழியே நடந்து திரும்பியதில், பராமரிப்பின்றி பூட்டிக் கிடக்கும் கோயில், அதனையடுத்து இரண்டு வீடுகள் தள்ளியிருந்த சலூன் கடை, அதற்கெதிரே முடிக்கப்படாத கட்டிடத்தின் உச்சியில் வைக்கோல் திணித்து பானை கவிழ்க்கப்பட்ட திருஷ்டி கோமாளி என நினைவிலிருந்த அடையாளங்கள் பொருந்திப் போவது போலப்பட்டது. இருப்பினும்

வினாடிகளுக்குள்ளாக நான்கைந்து பேராவது கடப்பதும், எதிர்ப்படுவதுமாக இருந்தது சிறு சஞ்சலத்தை உண்டாக்கிற்று. அந்தக் கடையின் வெளியே போடப்பட்டிருந்த நீளமான பெஞ்சில் அன்றைய நாளிதழைக் கண்ணுக்குள் வைத்து அமர்ந் திருந்தவன் மீது கடையை சுத்தம் செய்பவளின் நிழல் அசைந்தது. அவளது அக்குளை வியர்வை வட்டமாக நனைத்திருந்தது. கையைக் கீழே சரித்தபோது அந்த வட்டம் இரண்டாக மடிந்தது. சலூனையொட்டித் திரும்பிய குறுகிய சந்திற்குள் கண்ணைப் பறிக்கும் நிறத்தினாலான (கறுப்பு வெள்ளையைத் தவிர மூக்கய்யா விற்கு வேறு நிறங்கள் தெரியாது) பின்கட்டுக் கதவின் உள்ளே இரண்டு குடித்தனங்கள் புழங்கும் வீடது என்ற ஞாபகத்தின் கயிற்றை நினைவிலிருந்து பிடித்ததும் சந்தோஷத்தில் மூச்சு முட்டிற்று.

ஒருக்களித்து சாத்தப்பட்டிருந்த கதவை மெதுவாகத் தள்ளியதும் திறந்து கொண்டது. முதல் வீடு பூட்டிக் கிடந்தது. சற்றுத் தள்ளி ஓரத்தில் போர்த்தப்பட்டிருந்த பச்சைப் படுதாவை விலக்கியதும் உறை கிழிக்கப்படாத புதிய பெரிய கறுப்பு பைக்கைக் கண்டவுடனே அதுவரையிருந்த அத்தனை சோர்வு களும் இருந்த இடம் தெரியாமல் போயிற்று. ஓசை கேட்காமல் நடந்து கதவைச் சாத்திவிட்டு வந்தான். ஓரங்களில் கிழிந்திருந்த பாலித்தீன் உறை காற்றுக்குப் படபடத்தது. உள்ளே நுழைந்து சாவியை எடுக்க வேண்டிய வீட்டுக் கதவின் முன் குழந்தை யொன்று செப்புச் சாமான்களில் மண்ணை நிரப்பி விளையாடிக் கொண்டிருந்தது. அதன் காலில் ஒரே ஒரு தண்டி மட்டுமே போட்டிருந்தது அவனுக்கு ஏமாற்றமாக இருந்தது. உள்ளே நகைகளும் இருப்பதாக மூக்கையா சொல்லியிருந்தார். எந்தக் குழந்தையும் பழகிய சில கணங்களில் அவனோடு ஒட்டிக் கொள்ளும்படியான ராசி உடையவன் அவன். அதற்குரிய சேஷ்டைகள் சிறுவயதிலேயே அவனது இயல்பாக மாறியிருந்தது. அதனருகில் சென்று குனிந்து கைகளைத் தரையில் ஊன்றி யானை போலத் தவழ்ந்து ஒரு கையை மேலாகத் தூக்கிக் குழைத்தபடியே அதன் தலையில் வைத்தான். பால் பற்கள் தெரிய சிரித்தது. எண்ணெயின்றிக் காய்ந்து கிடந்த அவனது முடியைப் பற்றி இழுத்து முதுகில் ஏற முயன்றது. அருகில் கிடந்த பந்தை வேறு திசையில் உருட்டிவிட்டான். அதை எடுக்க ஓடிய இடைவெளியில் உள்பக்கமாகப் போடப்பட்டிருந்த தாளை இரண்டு முறை சத்தம் வராமல் அசைத்து லாவகமாகத் திறந்து பட்டென நுழைந்தான். கரிபடிந்து கிடந்த அந்த சமையற்கட்டின் ஓடுகளுக்குக் கீழே சுத்தமாக தேய்த்துக் கழுவப்பட்ட பாத்திரங்கள் நேர்த்தியாக அடுக்கப்பட்டிருந்தன. சிறிய தட்டில் பிசைந்த பருப்புச் சோறு காய்ந்து கிடந்தது.

பசி வேறு குடலைப் புரட்டியது. அதிலிருந்து ஒரு பிடியை உருட்டியபோது ஓட்டுச் சரிவிற்கும் சுவருக்கும் இடையில் இரு பச்சை நிறக் கண்கள் உற்றுப் பார்ப்பதைக் கண்டான். கோபம் தலைக்கேற, சோற்றுருண்டையை அந்தக் கறுப்புப் பூனை மீது வேகமாக எறிந்தான். இலக்கு தவறி ஓட்டின் மீது பருக்கைகள் பட்டுத் தெறித்தன. அருகிலிருந்த சிலந்தி வலை மீது ஒன்றிரண்டு சிக்கியதில் வலை அசைந்து நின்றது. பூனை உடலைக் குறுக்கி நெளித்து வெளியே குதித்தது. சட்டெனக் கதவிற்கு வெளியே ஏதோவொரு சத்தம் கேட்டதும் கதவிடுக்கின் வழியே ஒற்றைக் கண்ணால் பார்த்தான். அங்கு குழந்தை முதுகைக் காட்டி நின்று கொண்டிருந்தது. அதே கணத்தில் அடுத்த அறையிலிருந்து குரல்கள் கிசுகிசுப்பதாகப் பட்டது. யாருமற்ற வீடென்றே மூக்கையா சொல்லியிருந்தார். அகப்படுவதற்குள் தப்பி விட வேண்டும் என நுழைந்த கதவைப் பிடித்துத் தள்ளினான். அது வெளிப்பக்கமாகத் தாழிடப்பட் டிருந்தது. அதை நீக்கும் வழியை மூக்கையா சொல்லியிருக்க வில்லை. பழங்காலப் பலகைகளை இணைத்துச் செய்யப்பட்ட கதவின் துவாரத்தின் வழியாக உள்ளே நோட்டமிட்டான். பரந்த இறுகிய மயிரடர்ந்த மார்பை மஞ்சள் பூசப்பட்ட விரல்கள் அளைந்து கொண்டிருப்பதைக் கண்டான். கோணலாக அவன்மீது ஒருத்தி கிடந்தாள். மேலே மாட்டிப்பட்டிருந்த படத்தில் வேறொருவனுடன் மணக்கோலத்தில் அவளே நிற்பது தெரிந்தது. படுத்துக் கிடந்தவன் தனது முன் வழுக்கையை மறைக்கப் பின்னால் வளர்ந்திருந்த முடி அவன் கழுத்தை அசைக்கையில் முன்னால் வந்து விழுந்தது. அவனது புஜங்கள் சற்றுமுன் கண்ட கட்டிமுடிக்கப்படாத கட்டிடத்தில் படிக்கட்டு களுக்காகப் போடப்பட்டிருந்த காங்க்ரீட் தளம் போல இறுகிக் கிடந்தது. ஆணியில் மாட்டப்பட்டிருந்த முழுக்கைச் சட்டையின் கைகள் மின்விசிறியின் காற்றுக்கு அங்குமிங்கும் அசைந்து கொண்டிருந்தது. சாவியின் மீதுதான் அது மாட்டப்பட்டிருக்க வேண்டும் என்பது உறுதியாகத் தெரிந்ததும்கூட அங்கிருந்து தப்புவதிலேயே அவனது கவனம் இருந்தது. வேறு வழியின்றி அடுப்புத் திட்டு மேல் கால் வைத்து எம்பி நூலாம்படைகள் தொங்கிக் கொண்டிருந்த விட்டதைப் பிடித்துத் தொங்கினான். விரல்கள் மீது கனமாக ஏதோ ஊர்வது போலிருந்தது. கையை உதறியதில் அது சுவரில் விழுந்தது. கைகள் பிடி நழுவித் தளர்ந்து பொதி மூட்டை போல தொப்பென்று விழுந்தான். எதிர்சுவரில் மரப்பல்லி வேகமாக ஓடி மறைந்தது. ஆவேசமாகக் கதவு திறக்கப்பட்டதும் சுதாரித்து எழுவதற்குள் அகலமான அழுக்கடைந்த உள்ளங்கால் அவனது கழுத்தை நசுக்கியது. தலையில் சிமெண்ட் நிறத்தில் தொப்பியணிந்து நின்று கொண்

டிருந்தவனின் மார்பு படபடப்பில் ஏறுக்குமாறாக ஏறி இறங்கிக் கொண்டிருந்தது. பின்புறத்தைக் குடைந்து கொள்ளும்போது முகம் விகாரமாவது போல அவனது முகம் இருந்தது.

“தாயோலி ... பொணமாத்தாண்டா வெளியிலே போவ.”

சிறிது கழுத்தைத் தூக்கிச் சாய்த்து காலைக் கடித்தான். வெடுக்கென்று காலை இழுத்துக் கொண்டதும் நொடியில் எழுந்து தொப்பிக்காரனைத் தள்ளிவிட்டு ஓட முயன்றான். இரண்டு அடிகளுக்குள்ளாகவே தொப்பிக்காரன் குப்புற விழுந்து அவன் காலை வாரிவிட்டு அப்படியே ஊர்ந்து அவனது வயிற்றின் மேல் ஏறியமர்ந்து வெறி தீர ஓங்கிப் பலமாகக் குத்தினான். கதவைத் திறந்த வேகத்தில் அடித்துக் கொள்ளத் துவங்கிய நாதங்கியின் ஓசை நின்றுவிட்டிருந்தது. அவசரமாக ஓடி வந்தவளின் பின்னாலிருந்த ஆட்கள் இவனைக் கண்டதும் காற்றாக நுழைந்து அடித்துப் புரட்டினார்கள். நரம்பினாலான ஒருவன் அடிப்பதை விடவும் கத்திக் கொண்டிருந்தான். அவன் வாயைத் திறக்கும்போதெல்லாம் பான்மசாலாவின் மணம் அடித்தது.

“ங்ஙோத்தாலாக்கா... ங்ஙொம்மாலோக்க... உன்னயெல்லாம் நிக்க வச்சு தோலுரிக்கணுன்டா பரதேசித் தாயோலி... பேரென்னடா புண்டலாக்கா...”

அவனுக்கு எந்த வசவும் ஒரு பொருட்டாகத் தோன்ற வில்லை. லாரன்ஸ் செகஸ்டனாக ஆகும் முன்னர் இருவரும் சேர்ந்து பொதுக் கழிப்பிட உட்சுவர்களில் கரித்துண்டுகளால் புணர்ச்சியின் பல்வேறு நிலைகளை ஆபாசமாக வரைந்துவிட்டு அதற்குக் கீழே எழுதி வைத்த குறிப்புகளை நினைத்துக் கொண்ட போது இவையெல்லாம் ஒரு சிறிய கறுப்பு எறும்பு ஊர்வது போலக் குறுகுறுப்பாக இருந்தது. அவ்வளவுதான். ஆள் மாற்றி ஆள் அடித்து சட்டையையும் கைலியையும் கிழித்து வீசிவிட்டு அவனை அரைநிஜாரோடு இழுத்துக்கொண்டு தெருவின் மத்தியிலிருக்கும் விளக்குக் கம்பத்திற்குக் கொண்டு சென்றார்கள். வீங்கிய கண்களோடு கெஞ்சிக்கொண்டிருந்தவனை மேலும் பல அடிகள் கொடுத்து அந்தக் கம்பத்தில் இருத்தி சணல் கயிற்றால் வாழைக் கம்பத்தைக் கட்டுவது போல கையைப் பின்னுக்கு வைத்துக் கட்டினார்கள். வலி தாங்காது “ஐயோ...” என்றான். படபடவெனப் பல அடிகள் விழுந்தன.

வழிப்போக்கர்களும் தெருவாசிகளும் அவனைச் சூழத் தொடங்கினர். சற்று முன் வந்தவர்களுக்கு அவனைப் பிடித்த சாகசத்தை அந்தத் தொப்பிக்காரன் சொல்லத் தொடங்கினான். முன்பிருந்தே அவனுடன் இருந்து கொண்டிருப்பவர்களுக்கு அது சலிப்பாக இருந்தது.

“தூங்கீட்டு இருந்துருக்குது. இவென் மெதுவா உள்ள போயிட்டான். ஏதோ உருள்ற மாதிரி சத்தம் கேட்டவுடனே பட்டுன்னு எந்திரிச்சு கதவெ தொறந்தொப்போ இந்தத் தொண்டு பய – பேச்சை நிறுத்திவிட்டு ஓடி வந்து உதைத்தான். கம்பம் அதிர்ந்தது. கத்தக்கூட திராணியற்றவனாகியிருந்தான் – நிக்கிறதப் பாத்தொன்னியமும் குய்யோமுய்யோன்னு இது கத்திரிச்சு. அந்த சந்துல சோலியாப் போயிட்டிருந்தேன். என்னமோ ஏதோன்னு பதறியடிச்சு ஓடுனன். தாயோலி ஓடப் பாத்தான். உடுவனா நானு!” பற்களைக் கடித்தான்.

அறைகளும் அடிகளும் நம்ப முடியாதளவிற்கு மீண்டும் விழத் தொடங்கின. கூட்டமாக செம்மறியாடுகள் சரிவில் இறங்குவது போல வெவ்வேறு கைகள் குழப்பமாக – முகத்தைப் பார்க்க முடியாதவாறு – உடம்பில் விழுந்தன. உடலெங்கும் எரிந்தது. அதில் மோதிரவிரலொன்று அவன் கன்னச் சதையைக் கிழித்தது. வெயிலுக்கு கொல்லனின் பட்டறை இரும்பு போல விளக்குக் கம்பம் நெருப்பாகச்சுட்டது. முதுகை முன்னுக்கு நகர்த்த முடியாதவாறு அவன் கம்பத்தோடு இறுக்கமாகக் கட்டப்பட்டிருந்தான். பிரயத்தனப்பட்டு தலை தூக்கினான். அடையாளம் தெரியாத ஆட்களால் உருவான அரைவட்டத்தின் சுற்றளவு நிமிடத்துக்கு நிமிடம் பெரிதாகிக் கொண்டேயிருந்தது. அவரவர் உடல் வலுவை அவனிடம் பரிசோதித்துக் கொண்டிருந்தார்கள். அவள் தட்டுப்படுகிறாளா என்று பார்த்தான். உள்ளங்கைக்குள் மோவாய் புதைந்து கிடக்க, விரல்களால் வாயைப் பொத்தியிருந்த கிழவியைத் தவிர அங்கு பெண்களேயில்லை. அப்படியே கண்கள் கூட்டத்தை அளைந்தன. ஏழெட்டு பேர்களுக்குப் பின்னால் ராஜாமணி நின்று கொண்டிருந்தான். அவனோடு சேர்ந்துதான் வண்டியை விற்கும்படி மூக்கையா சொல்லியிருந்தார். இவனை நோக்கி வர இயலாதவாறு முன்னாலிருந்த தோள்கள் இடைவெளி இல்லாமலும் நெகிழ்ந்து கொடுக்காமலும் அமைந்திருந்தன. அதிலிருந்து பிதுங்கி வந்த அவன் வயதையொத்தவன், “பேரென்னடா... எத்தன பேர்ரா நீங்க ... கேக்கறமல்லடா பதில் சொல்லு ... நிக்கறவனயெல்லாம் கேனக்கூதின்னு நெனச்சயாடாத் தாயோலி ...” என்றான்.

2

சாதாரண வயிற்றுப் போக்காகத் தொடங்கிய சுகக்கேடு அவனை விஷக் காய்ச்சலில் கிடத்தியிருந்தது. அந்தப் படுக்கையைக் கண்டவர்கள் அவனை இரண்டுவார கால நோயாளி என்று நம்ப மறுப்பார்கள். அந்த அளவிற்கு அது அழுக்கும் நெடியுமாக மாறிவிட்டிருந்தது. பூனை முகர்ந்ததும் முகத்தைச் சுளித்து நகரும் காய்ந்த கருவாடு போலிருந்தான்.

எழ முயன்று திணறியதில் தலை சுற்றிற்று. நகரத் தெம்பில் லாமல் அப்படியே சிறுநீர் கழித்தான். அது கைலியை நனைத்து கால்களில் வழிந்து தரையில் ஓடி சிறு குழியில் தேங்கிற்று. ஓங்கரித்து வாந்தி எடுத்தான். இரண்டு பெரிய வெள்ளை மாத்திரைகள் அதில் கிடப்பது அவனுக்கு நான்காகத் தெரிந்தது. அப்படியே படுக்கையில் விழுந்தான். தலையணையில் மூக்கு மோதி வலியால் விடைத்துச் சுருங்கிற்று. லாரன்ஸ் என்ற பெயரை எவ்வளவு முயன்றும் அது நாவிற்குள்ளேயே முடங் கிற்று. ஒரு ஞாயிற்றுக்கிழமை பிற்பகலில் அப்பாவின் உள்பாக் கெட்டிலிருந்த அத்தனை ரூபாய்களையும் எடுத்துக் கொண்டு, வந்து நின்ற முதல் பேருந்தில் ஏறி அறியாத ஊர் நோக்கி அமர்ந்ததும் பதட்டமாக உணர்ந்தான். தேடி அலையப் போகும் அப்பாவை நினைத்ததும் உள்ளுக்குள் சந்தோஷம் பொங்கிற்று. அந்த பாதி நாளை சுற்றித் தீர்த்துவிட்டு சில்லரைகள் மட்டுமே மீதமிருக்கும் அளவிற்கு செலவுகள் செய்து, அசதியால் அருகில் மூடப்பட்டிருந்த கடையின் படிக்கட்டில் படுத்துக் கொண்டான். விடிகாலையில் பேந்தப் பேந்த முழித்துக் கொண்டிருந்தவனைக் கீழ்ப்படிக்கட்டில் படுத்திருந்த லாரன்ஸ்தான் அவனது குடிசைக்கு அழைத்து வந்தான். சட்டென அம்மாவின் முகம் ஞாபகத்தில் எழ கண்களிலிருந்து தாரை தாரையாக நீர் வழிந்தது. வெள்ளை அங்கியோடு ஒரு உருவமும் அதனை யொட்டி மற்றொருவரும் நுழைவதைக் கண்டவுடன் அவன் நினைவு கலைந்தது. பின்னாலிருப்பது லாரன்ஸ் என அறிந்ததும் அவனது கண்ணீர் நின்றது. “கதவைத் திற, லாரன்ஸ்” என்ற குரல் கேட்டது. குடிசையின் தடுக்கை சற்றே தள்ளி வைத்தான். வெளிச்சம் வந்ததும் பளிங்கில் விரிசில் விழுந்தது போன்ற அந்த முகத்தைக் கண்டான். தலை நிற்காமல் ஆடிக் கொண் டிருந்ததில் தளர்ந்து தொங்கிய கழுத்துச் சதை மெதுவாக அசைந்தது. உதடுகள் முணுமுணுக்க, ஜெபமாலையின் முத்துக் களை அவரது கட்டை விரல் கீழே இறக்கியபடியேயிருந்தது. வயிற்றைக் குமட்டும் அந்த நெடியில் லாரன்ஸ் மூச்சை அடக்கியிருப்பது விறைப்பாக நின்ற அவனது உடல் மூலம் தெரிந்தது. “வாரப் பிரார்த்தனைக் கூட்டத்தில் உனக்காகவும் ஆண்டவரிடம் ஜெபிக்கிறேன்” என்றவாறே அவனது முகத் தருகே குனிந்து புருவங்களைத் தொட்டுக் கொண்டிருந்த வறண்ட முடியை ஒதுக்கிவிட்டார். அந்தக் கண்கள் நீரோடை யின் தெளிவைக் கொண்டிருப்பதாகப்பட்டது. லாரன்ஸின் தோள்களைப் பிடித்தபடியே அவர் வெளியேறியபோது அவனது காதில் அவர் ஏதோவொன்றைச் சொல்ல, அவன் பவ்யமாகத் தலையசைத்தான். தடுக்கையையொட்டி நின்றிருந்த குழந்தை யொன்று அவரிடம் கையை நீட்டியது. அங்கியின் ஜேப்பியி

லிருந்த இனிப்பை எடுத்துத் தந்தார். மற்றொரு வெற்றுக்கையைக் காட்டியது. சிரித்துக்கொண்டே அதற்கும் தந்துவிட்டு அதன் கன்னத்தைத் தட்டினார். அந்தச் சந்து முனையைக் கடப்பதற்கு முன்பாகவே அவரது முழங்கால்களைச் சுற்றிக் கைகளை ஏந்தியவாறு குழந்தைகள் வளைத்துக் கொண்டார்கள் என்றும் இருந்தவற்றையெல்லாம் தந்த பிறகும் எஞ்சிய குழந்தைகளுக்கு இனிப்புகள் வாங்கித் தரும்படி தன்னிடம் பணம் தந்ததாகவும் அவரை விட்டுவிட்டு வந்த லாரன்ஸ் அவனிடம் பணத்தை எடுத்துக் காட்டினான்.

மறுநாள், ஊருக்கு ஒதுக்குப்புறமாக ஒரு காலத்தில் இருந்து, தற்போது பேருந்து நிறுத்தம் வரும் அளவிற்கு வளர்ந்து விட்டிருக்கிற இடத்திலிருக்கும் தேவாலயத்தின் காம்பௌண்டுக்குள் லாரன்ஸ் அழைத்துச் சென்றான். நுழைந்து இடது பாதையில் திரும்பி சிறிது தூரம் நடந்ததும் அது மருத்துவமனையின் முன்பகுதி என்று அவனுக்குப் புரிந்தது. அங்கு ஏற்கனவே ஃபாதரின் உத்தரவின் பேரில் அவனுக்குப் படுக்கை ஒதுக்கப் பட்டிருந்தது. ஏளனங்கள், அசூசைகள் எதுவுமின்றி அங்கிருந் தவர்கள் அவனை நடத்தினார்கள். லாரன்சுக்கு செகஸ்டன் வேலையை ஃபாதர் போட்டுக் கொடுத்திருந்தார். அவனது பணியை முடித்த பின்னர் தினமும் ஒரு மணி நேரம் வேதாகமத்தை உடனிருந்து படித்துக்காட்ட வேண்டும் என்று உத்தரவும் இட்டிருந்தார்.

ஃபாதர் ஆண்ட்ரூசின் பிரசங்கங்களை அவன் படுத்திருந்த படியே கேட்டுக் கொண்டிருப்பான். சில சமயங்களில் சிலுவையிலறையப்பட்ட யேசுவின் முன் உருகியெரியும் மெழுகுவர்த்தியைக் கண்டதும் அவன் தலையணையில் கண்ணீரின் சொட்டுகள் விழும். அன்று நெடுநேரம் கூடவே கழித்துவிட்டுச் சென்ற லாரன்ஸ் வைத்த வேதாகமத்தை உடல் உதற எழுந்து பிரித்தபோது அதிலிருந்த ஒரு வரி அவன் கண்ணில்பட்டது. “மனுஷருடைய தப்பிதங்களை நீங்கள் அவர்களுக்கு மன்னியாதிருந்தால், உங்கள் பிதா உங்கள் தப்பிதங்களையும் மன்னியாதிருப்பார்.”

3

ஃபாதர் ஆண்ட்ரூசுக்கு சொல்லியனுப்பிவிட்டு பழைய தெம்போடு காத்திருந்தான். லாரன்ஸ் வீடு திரும்ப சைக்கிளை எடுத்து வரச் சென்றிருந்தான். அவர் வரும்வரை சர்ச்சுக்குள் காற்றுக்கு அணைந்து போயிருந்த மெழுகுவர்த்திகளை ஒவ்வொன்றாக ஏற்றத் தொடங்கினான். அன்னையின் மடியில் மாறாத புன்னகையோடு குழந்தை யேசு அமர்ந்திருக்க, பின்புறச் சுவர் சுடர்களால் செந்நிறமாக ஜொலித்தது.

அங்கியின் சரசரப்பு கேட்டவுடன் அவனது கவனம் கலைந்தது. வரும் வழியிலேயே அவரை நிறுத்தி காலடியில் விழுந்து "இந்த உதவியை..." என்று தொடங்கும் முன்னரே "விசுவாசிகளை கர்த்தர் ஒருபோதும் புறக்கணிப்பதில்லை" என்று முடித்தார். அவனிடம் ஒரு அட்டையைத் தந்து "போய்ப் பார்" என்றார். கடவுளின் பெயரால் பெற்றுத் தரப்பட்ட அந்தப் பணியில் சேர்ந்த மறுவாரம் அவனது பூரண சம்மதத் துடன் அவனுக்கு ஞானஸ்நானம் செய்யப்பட்டது. அவனது தலையில் செல்லமாகக் கை வைத்து, "இனி நீ மாரிச்சாமி அல்ல. தேவனின் அருளால் இப்போதிருந்து ஆசீர்வாதம் என அழைக்கப்படுவாய்" என்றார்.

4

தொங்கிக் கிடந்த முகத்தை லேசாக நிமிர்த்தியபோது, அவனுக்கு நேரெதிராக அவள் நின்றாள். ஆட்கள் பாதிக்கும் மேல் காணாமல் போயிருந்தார்கள். அவளை விசாரிக்க நெருங்குபவர்களைக் கண்டதும் முகத்தை வேறுபக்கம் திருப்பிக் கொண்டாள். தொப்பிக்காரன் சமிக்ஞையால் அவளை ஊமை யாக்கியிருந்தான். அவள் இடுப்பிலிருந்த குழந்தை இறங்க அடம்பிடித்தது. அதைக் கீழே இறக்கி ஒரு உலுக்கு உலுக்கி விட்டு அதன் தொடையை நிமிண்டினாள். அது வீறிட்டு அலறத் தொடங்கிற்று. வேறு வழியின்றி அவர்கள் தொப்பிக் காரனிடம் நகரத் தொடங்கினார்கள். ஏதோ நினைவு மறிக்கத் தேடினான். அங்கு ராஜாமணியைக் காணோம். "கைவிடப் பட்டவர்கள் கர்த்தரின் குழந்தைகள்" என்ற ஃபாதரின் பிரசங்க வரியொன்றை நினைத்துக் கொண்டான். ஃபாதர் மட்டும் இறந்து போகாமலிருந்திருந்தால் மூக்கையாவைப் பார்த் திருக்கவே தேவையிருந்திருக்காது. அவர் இறந்து சில வாரங் களுக்குப் பின் கூடிய பாஸ்ட்ரேட் கமிட்டி கூட்டத்தில் அவருக்கு விசுவாசமாக இருந்த லாரன்ஸ் செக்ஸ்டன் பொறுப்பி லிருந்து நீக்கப்பட்டான். தகவல் அறிந்ததும் அடுத்த ஞாயிறு சர்ச்சுக்கு வந்தவர்களிடம் இவன், லாரன்ஸ் நீக்கப்பட்ட மர்மம் குறித்த நோட்டீசுகளைத் தரத் தொடங்கினான். அந்த சர்ச்சிலிருந்து சென்ற ஒரு தொலைபேசி அழைப்பால் அவனது வேலை பறிக்கப்பட்டது, அவனுக்கு அடுத்த நாள் பணிக்குச் சென்றபோதுதான் தெரிந்தது.

கால்களால் பூமியைப் பின்னுக்குத் தள்ளி விட்டு விடும் ஆவேசத்துடன் ஒருவன் ஓடி வந்தான். குழந்தை பயந்து அழுகையை நிறுத்திய சில நிமிடங்களில் பிற முகங்களைப் பார்த்தபடியே தேம்பத் தொடங்கியது. தொப்பியை கூட் டத்தில் துழாவி அவனிடம், "வேற கேசப் பார்க்க போயிருக்கி

இரவுக் காட்சி

றாங்களாமா வந்தொன்ன அனுப்பறேன்னாங்க” என்றான். அக்கறையோடு கேட்டுக் கொண்டிருந்தவனின் கண்கள் சுருங்கிய மறு நிமிடத்தில் முகம் மலர்ந்தது. சற்றுத் தொலைவி லிருந்து கையில் சூட்கேசுடன் சோர்வோடு கறுப்புக் கண்ணாடி போட்டிருந்த ஒருவன் நடந்து வந்து கொண்டிருந்தான். தேம்பிக் கொண்டிருந்த குழந்தை அவனை நோக்கி ஓடியது. அவளைக் கைகாட்டி ஏதோ சொல்லிற்று. அவன் தூக்கித் தோளில் போட்டதும் தேம்பலை நிறுத்தியது. நடுக்கத்தை மறைந்துக் கொண்டே அவள் அவனிடம் சென்றாள்.

கழுத்துப் பட்டையைத் தளர்த்தியபடியே குழந்தையை அவளிடம் தந்தான். அந்தக் கண்ணாடி அவனுக்குக் கச்சித மாகப் பொருந்தி இருந்தது. மழிக்கப்பட்டிருந்த முகத்தில் காற்றுக்கு கரித்துகள்கள் வந்து ஒட்டிக் கொண்டது போல மூன்று நாளத்திய ரோமங்கள் அரும்பியிருந்தன. பேசிக் கொண் டிருக்கும்போதே அவனது உடல் மென் காற்றுக்குத் திரைச் சீலையொன்று நெகிழ்ந்து அடங்குவதுபோலக் குழைந்தது. அவனது செய்கைகள் ஏதோவொரு விதத்தில் பெண்மையின் நளினத்தைக் கொண்டிருப்பதாகப்பட்டது. தொப்பிக்காரனோடு தான் அவன் முழுக்க பேசினான். கட்டப்பட்டுக் கிடந்தவனின் தொடையின் மீதும் அரை நிஜாரின் மீதும் அவனது பார்வை வளர்ந்தது. “ஸ்டேசன்ல சொல்லீட்டீங்களா” என்று கீச்சுக் குரலில் கேட்டான்.

இவனது உதடுகள் வறண்டு காய்ந்து போயிருந்தன. எதையுமே கேட்க முடியாதவாறு பசிக்குக் காதுகள் அடைத்துக் கொண்டன. எதுவுமே முடிவுக்கு வராமலிருப்பது பெரிய இம்சையாக இருந்தது. கழுத்துப் பட்டையைக் கழற்றி மணிக் கட்டு மேல் போட்டுக் கொண்டிருந்தவனுக்கு அருகில் நாயொன்று நெருங்கி வந்து அவிழ்ந்து கிடந்த ‘ஷு’வின் கயிற்றை முகர்ந்தது. தொப்பிக்காரன் கோபமாக அதன் வயிற்றின் மீது ஓங்கி உதைத்தான். கோணிப் பையை எறிந்தது போல அந்த செம்பட்டை நாய் நிதானம் தவறி சாக்கடைக்குள் விழுந்தது. உடனே மேலேறி வந்து ஓயாமல் குரைத்தது. அது உடம்பை உதறியதில் அதைச் சுற்றித் துகள்களாகச் சாக்கடை நீர் சிதறிற்று. சிறிது தூரம் போய் நின்று, நீண்ட ஊளை யொன்றை எழுப்பியது. செருப்புக் கால்களால் தரையில் இரண்டு பெரிய சத்தமான அடிகளைத் தொப்பிக்காரன் வைத்ததும் அங்கிருந்து பாய்ந்தது. அதற்குப் பயந்து தொலைவில் இரண்டு பேர் மிரண்டு பதுங்கினார்கள். அருகில் வரும்போது அது போலீஸ்காரர்கள் எனத் தெரிந்தது. அதில் வயதானவனின் உடல் வியர்வையில் தொப்பலாக நனைந்திருக்க, ஓயாமல் விசில் ஊதி கன்னம் ஒடுங்கிப் போயிருந்தவனின் தோளைப்

பிடித்தபடியே வந்து சேர்ந்தான். ஏறக்குறைய மயக்கத்தில் தொங்கிப்போயிருந்த இவனது முகத்தை இடது தோள் தாங்கியிருந்தது. எங்கும் எந்தப் பேச்சும் இல்லை. சிறு சல சலப்பு உண்டாகி, உண்டான சுவடு தெரியாமல் மறைந்தது.

"எந்த ஊர்ரா நீயி. மூஞ்சி புதுசாயிருக்கு?" வயதானவன் கேட்டான்.

முன்பே அவனை அறிந்திருந்தவர்கள்கூட அப்போது அவனிருந்த கோலத்தைக் கண்டதும் இதே கேள்வியையே கேட்டிருக்கக்கூடும். அந்த அளவிற்கு அடியால் உருமாறியிருந் தான். சிறு மூக்கு உடைந்து ரத்தம் மோவாயில் ஒழுகிக் காய்ந்து போயிருந்தது. எண்ணற்ற நகக்கீறல்களும் விரல்களின் அச்சுகளும் பதிந்து போயிருந்த முகம் வீக்கத்தில் விகாரமாகி யிருந்தது.

போலீஸ்காரர்களிடம் தொப்பிக்காரன் மிகச் சுருக்கமாக ஏதோ சொன்னான். கட்டை அவிழ்த்து விடச் சொன்னார்கள். அவன் வந்து அவிழ்த்ததும் கைகள் சரேலென வந்து தொடை யில்பட்டன. அப்போது தோள்பட்டையிலிருந்து 'சலக்'கென்ற சத்தம் கேட்டது.

"நட்ரா தாயோலி... தாலியறுக்கறதுக்கின்னே எங்கிருந்து தான் வர்றானுங்களோ தெரியல..." என்று கன்னம் ஒட்டிக் கிடந்தவன் அவனை முறைத்தான்.

இருவருக்கும் நடுவில் அரை நிஜாரோடு நடக்க முடியாமல் நடக்கத் தொடங்கினான். அதில் வயதானவன் திரும்பி, தொப்பிக்காரனைப் பார்த்து, "வந்து எழுதிக் கொடுத்திடுங்க" என்றான். இவனும் திரும்பியபோது, தொப்பிக்காரன் தனது கைலியை அவிழ்த்து நன்றாகக் கட்டிக் கொண்டிருந்தான். அந்தக் குழந்தை அங்கிருந்து பூட்டப்பட்ட சைக்கிளின் பெடலை பின்பக்கமாகச் சுற்றிக் கொண்டிருந்தது. இவனைக் கண்டதும் உள்ளங்கைக்கு முத்தம் தந்து அதை மூடி அவனிடம் நீட்டியது. பார்க்க முடியாமல் முகத்தைத் திருப்பியதில் வயதானவனின் இடது கால் பெருவிரல் இல்லாமலிருப்பதைக் கண்டான். மனம் சந்தோஷத்தில் ஒரு நிமிடம் துள்ளிற்று. அவனுக்கு சற்றே எங்கேனும் அமர்ந்து கொஞ்சம் தண்ணீர் குடித்தால் போதுமென்றிருந்தது. ஸ்டேஷனிருக்கும் தெருவைத் தொட்டதும் ஸ்டேஷனிலிருந்து பயங்கரமான அலறல் கேட்டது. யாரோ யாரையோ மிருகத்தனமாக அடித்துக் கொண்டிருக்கிறார்கள் என்றுபட்டது. அவனது கால்கள் பயத்தால் அங்கேயே நின்று விட்டன. அவர்கள் எவ்வளவு தள்ளியும் அவனை நகர்த்த

இரவுக் காட்சி

முடியவில்லை. கோபத்தில் அவனை அந்த வயதானவன் ஒரு எக்கு எக்கினான். நெடுநாள் கவனிப்பாரற்றுக் கிடக்கும் துணி கொடியிலிருந்து நழுவுவதுபோல மயக்கத்தில் உடல் தளர்ந்து அவர்களுக்கிடையில் சரிந்து விழுந்தான். பெரிய மழை பெய்வதற்கான முஸ்தீபுகளோடு தூறல்கள் சடசடசட வென விழத் தொடங்கின.

புனைகளம், செப்டம்பர் 2007

இரவுக் காட்சி

ராட்சதக் கண்ணாடியொன்று தரையில் விழுந்து நொறுங்குவது போன்ற சப்தம் கேட்டதும் மின்சாரம் தடைபட்டது. புழுக்கம் தாங்காமல் அறையை விட்டு அவசரமாக வெளியே வந்தேன். மடியிலிருந்த புத்தகம் மல்லார்ந்து கீழே விழுந்தது. அமாவாசைக்குப் பிந்தைய இரவாக இருந்ததால் எங்கும் இருட்டாகக் கிடந்தது. வீடுகளின் முன்புறத்திலிருந்த ஆட்களின் மீது அந்தச் சப்தம் அதிர்ச்சியின் சுவடுகளைப் பதித்துச் சென்றதை அவர்களின் குரல்களிலிருந்து அறிய முடிந்தது. உடனே அறையைப் பூட்டிவிட்டுச் சப்தம் வந்த திசையை நோக்கி விரைந்தேன். படிகளில் அதுபற்றிய பேச்சுதான் அடிபட்டுக்கொண்டிருந்தது. ஏதேனுமொரு வாகனம் அந்தத் தெருவைக் கடந்து செல்லாதா என்றிருந்தது, அவ்வளவு இருட்டு. எங்கிருந்தோ வந்த வண்டியொன்று வெளிச்சத்தை வீசிவிட்டுச் சென்றது. கண்கள்கூச, தெரு ஓரத்திற்கு நகர்ந்து திரும்பிப் பார்த்தேன். அமர்ந்திருந்தவர்களின் நிழலை ஒன்றன்பின் ஒன்றாக அது தெருமுனை வரை இழுத்துச் சென்றது. சில நிமிடங்களுக்குள் அந்த இடத்திற்குப் போய்ச் சேர்ந்தேன். அங்கு அந்தப் பகுதி முழுக்கவிருக்கும் மின் இணைப்புகளைத் தன்வசம் கொண்டிருக்கும் ட்ரான்ஸ்ஃபார்மர் மீது லாரி மோதி முன்பக்கம் நாசமான நிலையில் நின்றுகொண்டிருந்தது. பள்ளத்தில் நின்றிருக்கும் அந்த ட்ரான்ஸ்ஃபார்மரை சாலையில் செல்லும்போது, அதன் இடுப்புக்கு மேலே மட்டும்தான் பார்க்க முடியும். லாரி மோதிய வேகத்தில் அதிலிருந்து கண்ணைப் பிடுங்கும் விதத்தில் தீப்பொறிகள் பறந்தன என நேரில் கண்டவர்கள் வியந்துகொண்டிருந்தார்கள். இப்போதும் சில இணைப்புகள் வெடித்துக்கொண்டிருந்தன. கம்பிகளின் கருகல் வாடையை நாசி உணர்ந்தது.

வெடிச் சத்தத்திற்கு மிரண்டுபோய், குறுக்காக ஓடிவந்த மாட்டின் மீது மோதாமலிருக்க வண்டியை வளைத்துத் திருப்பியதில் அது கட்டுப்பாட்டை இழந்து மோதி விட்டதாக அங்கிருந் தவர்கள் சொல்லி அறிந்தேன். மோதுவதற்குச் சில நிமிடங் களுக்கு முன்பு, உள்ளே இருந்தவர்கள் எப்படிக் குதித்து எங்கு ஓடி மறைந்தார்கள் என்பது ஒருவருக்கும் புரியாததாக இருந்தது. பழுதுபார்க்க ஆட்கள் வந்துகொண்டிருப்பதாகவும் அனைத்து இணைப்புகளையும் மீண்டும் பழைய படிக்குக் கொண்டுவர நாளை மதியம்வரை ஆகக்கூடும் எனவும் பலவிதமான யூகங்கள் அங்கு நிலவின.

பகல் வெப்பத்தால் சூடாகிக் கிடந்த அறையில் அந்த இரவைப் போக்குவது குறித்து யோசிக்கத் தொடங்கினேன். திடுமெனப் பெண்களும் ஆண்களும் அவரவர் வீடுகளிலிருந்த பெரிய கூடையை எடுத்துக் கொண்டு வண்டியை நோக்கி ஓடி வந்துகொண்டிருந்தார்கள். உருளைக்கிழங்கை ஏற்றி வந்த சரக்கு வாகனம் அது. ஒரு பக்கமாகச் சாய்ந்து நின்றிருந்த லாரியிலிருந்து கிழங்குகள் சரிந்து வெளியே சிதறிக் கிடந்தன. வந்தவர்கள் தங்கள் பைகளை நிரப்புவதில் குறியாயிருந்தார்கள். நிரப்பியவர்கள் மேலும் பைகளை எடுத்து வராமல்போன துரதிர்ஷ்டத்தை நொந்தபடியே இருந்த பைகளை நன்றாகக் குலுக்கி அவை பிதுங்கும்படி திணித்துக்கொண்டார்கள். மிக மெதுவாகப் பொறுக்கியவர்களின் வீட்டில் வாயுத் தொல்லை இருக்கக்கூடும். நான் கணக்கு வைத்திருக்கும் அந்த மலையாளி யின் மெஸ்ஸில் இருக்கும் பொடியன், கிழங்கை அள்ளி அள்ளிப் போட்டபடியிருந்தான். இனி ஒருவார காலத்திற்குத் தினமும் இலையில் எந்த வடிவத்திலேனும் உருளைக்கிழங்கு தென்படக் கூடும் எனத் தோன்றியது. அதை நினைத்தவாறே கடற்கரையில் அகஸ்மாத்தமாக அறிமுகமாகி இப்போது நெருங்கிய நண்ப னாகிவிட்ட முரளியைக் கூட்டிக்கொண்டு திரையரங்கிற்குப் போவதெனத் தீர்மானித்து அறைக்குள் நுழைந்தேன். மாதத்தின் முதல் வாரமாக அது இருந்ததால் போதிய அளவிற்குக் கையிருப்பு இருந்தது.

இரண்டாவது சிகரெட்டும் தீர்ந்துபோன சமயத்தில் அவன் அறைக்கு அருகிலிருக்கும் சாலைக்கு வந்துவிட்டிருந் தேன். தள்ளுவண்டியில் பழம் வாங்கிக் கொண்டிருந்தான். உணவை அவன் முடித்துவிட்டிருக்கக்கூடும். விஷயத்தைச் சொன்னேன். துவைக்கப் படாமல் கிடக்கும் துணிகளால் அறை வியர்வை நாற்றம் எடுக்க ஆரம்பித்துவிட்டது என்றான். போட்டுக்கொள்ள மாற்றுத் துணிகூட இல்லை எனும்படி ஆகிவிட்டது என்றான். அவனை ஒப்புக்கொள்ளச் செய்ய, துவைக்க ஆகும் செலவு என் பொறுப்பு என்றேன். ஆச்சரியப்

படும் வகையில் உற்சாகமாகி அறைச் சகாவிடம் சாவியைத் தந்துவிட்டு உடன் நடந்தான். கடைசியாகக் குடித்தது ஊருக்கு ரயிலேறும்போதுதான் என்றபோது, அவன் முகம் சாதாரண மாகத்தான் இருந்தது. அது என்னவோ போல் எனக்குப்பட்டது. கூட்டிக்கொண்டு அருகில் இருந்த மதுக் கடைக்குள் நுழைந்தேன். சாக்கனாக் கடையில் தாளித்துக்கொண்டிருந்த மசாலாவின் நெடி நாசியில் ஏறிற்று. அவனுக்குப் பிடித்த சரக்கை வாங்கி யிருந்ததால் அதிகமாக அவனே குடித்தான். நான் சுமாராகக் குடித்துவைத்தேன். குடிக்கையில் சிகரெட்டுகளின் எண்ணிக்கை இருவருக்குமே மிதமிஞ்சிப் போய்விடும். எழுந்திருக்கும்போது தான் அவன் போதையால் நிதானம் தவறியிருப்பது உறைத்தது. பக்கத்து நாற்காலிகளிலிருந்த கரைவேட்டிகளுக்குள் எந்நேரத் திலும் கைகலப்பு உருவாகக்கூடும் எனும்படி பேச்சுகளில் காரம் கூடியபடியேயிருந்தது. அவர்களுள் மீசையைத் திருகிய படியே எழுந்த ஒருவன் கையிலிருந்த பாட்டிலைச் சுவரில் அடித்து நொறுக்கினான். தொடர்ந்து பாட்டில்கள் தாறுமாறாக எறியப்பட்டன. போதை முரளிக்குத் தலைக்கேறியிருந்தது. ஊரிலிருக்கும் ஒரு பெண்ணின் பெயரைச் சொல்லி தேம்பித் தேம்பி அழுதான். அங்கிருந்த தலைகள் அனைத்தும் எங்களை நோக்கித் திரும்பின. அவனைக் கீழே விழாமல் பிடித்துக்கொண்டு வெளியே வருவது பெரும்பாடாய்ப் போயிற்று. கையெட்டும் தூரத்திலிருந்த தியேட்டருக்குள் சென்று அவனை நன்றாக இருக்கையில் சாய்த்துப் படுக்கவைத்த சில நிமிடங்களில் அவனிடமிருந்து குறட்டைச் சத்தம் எழுந்தது. அது ஒரு சீனப் படம் என முன்பே தெரியும். கண்கள் சொருகின. கொசுக்கடியால் இடையில் விழித்துக்கொண்டபோது, திரையில் இரண்டுபேர் நீண்ட நெடிய மரத்தில் ஆளுக்கு ஒரு கிளையைப் பிடித்துக்கொண்டு சிறிய இலையில் நின்றபடி கத்தியால் சண்டையிட்டுக் கொண்டிருந்தார்கள். மீண்டும் தூங்கிப் போனேன். பக்கத்து இருக்கைக்காரர் உசுப்பியதும் எழுந்து கொண்டேன். அவனை எழவைத்து வெளியே அழைத்து வருவது சுலபமாக இருக்கவில்லை. அப்போதும் தள்ளாட்டம் நின்றபாடில்லை. நாங்கள் வந்த சந்துகளிலெல்லாம் இப்போது ஆட்கள் படுத்துக்கிடப்பார்கள் என்பதால் சாலை வழியே அவனைப் பிடித்துக்கொண்டு நடக்க ஆரம்பித்தேன். மேம் பாலத்தில் பாதி ஏறி இறங்கத் தொடங்கியதும் மறுமுனையில் காவலர்கள் அந்தப் பக்கமாகச் சென்றவர்களை விசாரித்துக் கொண்டிருப்பதைக் கண்டேன். நகரெங்கும் தீவிரக் கண் காணிப்பு முடுக்கிவிடப்பட்டிருந்தது. அகாலத்தில் சந்தேகப் படும்படியாகச் சுற்றிக்கொண்டிருந்தவர்களை உடனடியாகக் கைது செய்துகொண்டிருந்தார்கள். ஜேபியைத் துழாவினேன்.

டிக்கெட்டைக் காணோம். அவர்கள் பார்ப்பதற்குள் அவனை மீண்டும் கீழே இறக்கிக் கூட்டிவந்து மேம்பாலத்தின் அடியில் நுழைந்தேன்.

அவன் நடக்கும் நிதானத்திற்கு வராவிட்டாலும் உளறலை நிறுத்திவிட்டிருந்தான். அந்த இருட்டுக்குப் பழகிக்கொள்ளக் கண்களுக்குச் சில நிமிடங்கள் தேவைப்பட்டன. சற்றுத் தூரத்தில் மூன்று நான்குபேர் இடைவெளிவிட்டு அமர்ந்திருந்த இடத்தில் மேம்பாலத்தின் நியான் விளக்குகளின் பிரகாசம் கொஞ்சமாக விழுந்திருந்தது. அருகில் சென்று பார்த்தோம். பொதிமூட்டை யின் அடியிலிருந்து சில்லரைகளையும் ரூபாய்களையும் எடுத்துத் தனித்தனியே பிரித்து நாணயங்களை எண்ணி அங்கிருந்த பாத்திரத்தில் போட்டபடியிருந்தார்கள். முகங்களை எவ்வளவு முயன்றும் பார்க்க முடியவேயில்லை. திட்டுப் போல எங்களுக்குப் பட்ட ஓரிடத்தில் உட்கார்ந்ததும் மேம்பாலத்தின் தூண்களைக் கண்டு வாய் பிளந்தோம். நான்குபேர் சேர்ந்து விரல்களைக் கோத்துக்கொண்டாலொழிய அதை அணைக்க முடியாது என்று உறுதியாகத் தோன்றியது. சுட்டு விரலின் கூர்நகம் மூக்கின் நுனியைத் தொடுமாறு உதடுகளின் மத்தியில் வைத்து அதே விரலால் அங்கிருந்த தூணைக் காட்டினான். கால்கள் தடுமாறிக்கொண்டிருந்தன. எழுந்து மெதுவாக அருகில் சென்று தூணோடு ஒட்டிக்கொண்டபடியே நகர்ந்தோம். பழக்கமில்லா தவன் நெடுந்தொலைவு ஓடிவந்ததுபோல மூச்சுக் காற்று சீரற்று மோசமான சப்தத்துடன் அப்பக்கமிருந்து வந்துகொண் டிருந்தது. அவன் பல்லிபோல நகர்ந்து எட்டிப் பார்த்தான். கழிப்பறையில் மலச்சிக்கல்காரனிடமிருந்து எழும் முக்கல்போல ஆணிடமிருந்தும் பிரம்மாண்டமான அருவியின் அடியில் குளிக்கும்போது உண்டாகும் திணறல்போலப் பெண்ணிட மிருந்தும் மூச்சுக் காற்று வெளிப்பட்டது. அவன் என்னைக் கூட்டிக்கொண்டு நடந்தான். இருவரும் நிர்வாணமாக இருந்தார் களா எனக் கேட்டுவிட்டு ஆவலில் மீண்டும் அந்தப் பக்கம் போக எத்தனித்தேன். இன்னும் பெண்ணின் நிர்வாணத்தைக் காணாத எனக்கு அது தரும் கிளர்ச்சியைக் கற்பனை செய்து கொண்டேன். அவன் எப்படித் தலையசைத்தான் எனத் தெரியாது என்றாலும் அவன் பக்கமாகக் கையைப் பலமாகப் பிடித்து இழுத்தான். சிறிது தூரம் நடந்ததும் காலைப் பிடித்து யாரோ இழுப்பதுபோலப்பட்டது. சிரமப்பட்டு விடுவித்துக் கொண்டு நன்றாகக் குனிந்து பார்த்தேன். மொட்டையடிக்கப் பட்ட சிறுவன் அந்த அகாலத்தில் கத்தியைக் காட்டிக் கை நீட்டினான். பாக்கெட்டுக்குள் கையை விட்ட கணத்தில் முரளி சட்டென்று அவனை அறைந்து கீழே தள்ளி விட்டான். வேகமாக ஓடத் தொடங்கினோம். அவன் ‘ஓ’வெனக் கத்திக்

கொண்டே துரத்தி வந்தான். வழிகள் குழம்பிவிட்டிருந்தன. எப்படி ஓடியும் தூண்களே எங்கள் முன் வந்துகொண்டிருந்தன. களைத்து நின்றதும் எங்கும் நிசப்தம் நிலவுவதைக் கண்டோம். நின்று மூச்சுவாங்கிப் பின் நடந்தோம்.

வழியில் இருட்டுக்குள்ளிருந்து சலங்கைபோலக் கொலுசு களின் முத்துகள் குலுங்குவதைக் கேட்டோம். நான்கைந்து மல்லிகைப் பூக்கள் மேலே வந்து விழுந்தன. அவ்வளவு பதற்றத் திலும் அவனுக்குச் சபலம் தட்டிற்று. அந்தப் பக்கமாகத் திரும்பினேன். சற்றுமுன் தவறவிட்ட நிர்வாணக் காட்சியில் மனம் கிடந்து புரண்டது. பழக்கமில்லாத ஒன்றுக்குள் சந்தர்ப் பத்தின் வசத்தால் திணித்துக்கொள்ள நேரும்போது உருவாகும் பதற்றம் எங்களையும் தொற்றிக்கொண்டது. மணம் வந்த இடத்தை நோக்கி அவன் சென்றான். அவனிடம் சல்லிக்காசு கூட இருக்கவில்லை. சுருதி வேறு இறங்காமலிருந்தது. வம்புக்குள் சிக்கிவிடக் கூடாது என்றெண்ணி யிருந்தேன். அந்தச் சமயத்தில் அவன் என்னைப் பொருட்படுத்தியதாகவே தோன்றவில்லை. இதற்கெல்லாம் எனக்குத் தைரியம் போதாது என்றாலும் மறைந்திருந்து பார்த்து அந்த ஆசையை ஓரளவிற்குத் தணித்துக் கொள்ளலாம் என நினைத்து இருளில் அசையும் அவன் முதுகை உற்றுப் பார்த்தவாறே நின்றிருந்தேன். இருட்டுக்கு மெதுவாகக் கண்கள் பழகிவிட்டிருந்தன. அவள், அவன் சட்டைப் பையில் கையை விட்டாள். அவன், அவள்மீது விழுந்தான். ஆவேசமாக அவள் அவனைக் கீழே தள்ளி எட்டி எட்டி உதைத்தாள். வேகமாக ஓடிச் சென்று அவளைப் பிடித்துத் தள்ளினேன். முடியைக் கொத்தாகப் பற்றி சுவரில் அடித்தேன். கையைக் கடித்துவிட்டு ஓடினாள். இடுப்பிலிருந்து அந்த மொட்டைச் சிறுவன் போன்று ஒரு கத்தியை எடுத்தாள். எங்களை நோக்கி நீட்டியவாறே பாலத்தின் ஒரு தூணுக்கு அப்பால் சென்று கத்தினாள். இடைவெளியின்றி அவள் எழுப்பிய சத்தம் அந்தப் பாலத்திற்கே வாய் முளைத்துக் கத்துவதுபோல இருந்தது. நாங்கள் பதறியடித்துக்கொண்டு ஓடத் தொடங்கினோம். இருட்டுக்குள் வழிகளைக் கண்டு பிடிப்பது இயலாததாக இருந்தது. அவனது கையைப்பிடித்து இழுத்துக்கொண்டே ஓடினேன். மனிதச் சதைகள் காலில் மிதிபட்டு எழுந்துகொண்டன. ஆட்களின் எண்ணிக்கை கூடி விட்டிருக்கும் என எண்ணும்படியாகக் காலடிகளின் ஓசை இடைவெளியின்றி கேட்டுக்கொண்டிருந்தது. மூச்சுத் திணறலைப் பொருட்படுத்தாமல் வேகத்தை அதிகப்படுத்தினேன். திடுமெனச் சில்லரைகள் தெறித்துச் சிதறின. காலில் ஏதோவொன்று சிக்கிக் கொண்டது போலிருந்தது. போர்வைகளை விலக்கி எழுந்த கிழங்களின் வசவுகள் அதுவரை கேட்டறியாத விதத்தில்

ஜோடிக்கப்பட்டிருந்தன. ஓடியபடியே அந்தப் பாத்திரத்தைப் பிடுங்கி எறிந்தேன். அதிலிருந்த மீதிச் சில்லரைகளும் வெளியே விழுந்து ஓடின. அப்போதுதான் முரளி கையைவிட்டு நழுவியது உறைத்தது. நின்று தேட நேரமின்றிப் பின்னால் ஆட்கள் விரைந்துகொண்டிருந்தார்கள். எதையும் யோசிக்கும் நிதானத்தை இழந்து ஒரு தூணைக் கடந்து சென்றபோது மின்னல் வெட்டி மறையும் கணத்தில் அந்தப் பக்கமாகப் பார்வையைச் செலுத்தி னேன். அங்கு யாரோ ஒருவனைப் பிடித்து இரண்டு மூன்று பேர் அடித்துக்கொண்டிருந்தார்கள். அவர்களிடமிருந்து தன்னை விடுவித்துக்கொண்டு அவன் ஓட்டமெடுத்தான். அவர்களுக் கருகில் எதையுமே பொருட்படுத்தாமல் ஓர் உருவம் மட்டும் தரையில் தவழ்ந்து தடவியவாறே சிதறிய சில்லரைகளை ஒவ்வொன்றாகப் பொறுக்கித் துணிப்பையில் போட்டபடி யிருந்தது. அதற்குள் மற்றொரு தூணுக்கருகில் சென்றுவிட்டதால் காட்சிகள் மறைந்துபோயின. எவரோ ஊளையிட்டுக் கத்தும் ஒலியை அடுத்து, தரையை ஓங்கி ஓங்கி மிதித்தபடி ஓடும் கால்களின் சப்தத்தை மட்டும் கேட்டேன். தூணைத்தான் சுற்றுகிறேன் என நினைத்து ஓடியபோது தார்ச்சாலைக்கு வந்து சேர்ந்திருந்தேன். மூச்சு சீரான நிலைக்கு வரும்வரை சற்றுத் தள்ளி நின்றேன். உடம்பு நடுங்கியபடியிருந்தது. சட்டை நனையும்படியாக வியர்வை ஊற்றுபோலக் கொட்டியது. முரளியைப் பற்றிய யோசனையுடன் மெதுவாக நடக்கத் தொடங்கினேன். திடுக்கிடும்படி "ஹோ"வென்ற இரைச்சல் கேட்டது. அப்பக்கமாகத் திரும்பினேன். பிரம்மாண்டமான 'கட் – அவுட்' ஒன்றை நிறுத்த ஒரு கும்பல் வெகுவாகப் பிரயத்தனப்பட்டுக்கொண்டிருந்தது. அருகில் சென்றேன். தோண்டப்பட்டிருந்த குழிக்குள் மூங்கில்கள் பாந்தமாக அமர்ந்ததும் ஆட்கள் அனைவரும் பத்தடி தூரம் முன்னோக்கி விலகி ஓடி அதனைக் கண்டார்கள். கோமாளித்தனமான உடையிலிருந்த அந்த நாயகனின் தலைப்பகுதி சற்றே சாய்ந் திருப்பதுபோல அவர்களுக்குப் பட்டிருக்க வேண்டும். கூட்டத்தி லிருந்து ஒருவன் ஓடிவந்து கிடத்தப்பட்டிருந்த ஏணியைத் தூக்கி நிறுத்தி மேலே ஏற ஆரம்பித்தான். கோணலைச் சரிசெய்து தோளில் கிடந்த மொந்தையான மாலையை அவன் தலைவனுக்குப் போட்டதும் தான் பெற்ற குழந்தையைக் கையிலேந்தும்போது உண்டாகும் பரவசத்தை அவன் முகத்தில் நியான் விளக்குகளின் ஒளியில் கண்டேன். அப்படியே நகர்ந்து நாயகனை வளைத்து நின்றிருந்தவளுக்கு ஒரு முத்தம் தந்தான். கீழே கூட்டத்திலிருந்து கைத்தட்டல்களும் விசில்களும் பறந்தன. களேபரத்தில் ரிக்ஷாவில் படுத்துக் கிடந்தவன், அவர்களின் பிறப்பு பற்றிக் கொச்சையான வசவை உதிர்த்துவிட்டு கால்

மாற்றிப் போட்டுப் புரண்டு படுத்தான். இவ்வளவு நெருக்கடி யிலும் இவையெல்லாம் எப்படி மனத்தில் பதிகின்றன என வியப்பாக இருந்தது. அங்கிருந்து, முரளி பற்றிய கவலை யுடனேயே தெரு இருக்கும் பகுதியை அடைந்ததும் எங்கும் மின்சாரமின்றி இருண்டு கிடந்தது. தட்டுத் தடுமாறி அறைக்குச் சென்று படுக்கைகூட விரிக்காமல் அப்படியே விழுந்தேன்.

நான்கைந்து அடிகளை வைத்ததும் தலைமுடியை ஏதோ உரசிப் போயிற்று. கழுத்தை நிமிர்த்தியபோது, மேலாகக் கடந்து சென்ற காகமொன்று அரைவட்ட மடித்துத் திரும்பியது. இளஞ்சூட்டோடு எச்சம் தோளில் விழுந்தது. சுதாரிப்பதற்குள் மேலுமொன்று அலகால் உச்சந்தலையைக் கொத்திவிட்டுப் பறந்தது. இது விபரீதமான காரியத்திற்கான வெள்ளோட்டம் என உள்ளுணர்வு கூறிற்று. காரணத்தை மனம் தேடிச் சலித்தது. பித்ருக்கள் பழிதீர்க்கத் தங்கள் கூட்டாளிகளோடு புறப்பட் டிருக்கக்கூடும் என்றாலும் அவர்களுக்கும் எனக்கும் எவ்விதமான பிணக்கோ பகையோ இருந்ததில்லை. உறவு இருந்திருந் தால்தானே பகை தோன்றியிருக்க முடியும்? தவழும் பிராயத்தி லேயே அவர்களின் படங்களுக்குமுன் கரம் குவித்து, கண் மூடி நிற்கவைக்க அம்மா பெரும் முயற்சி செய்திருக்கிறாள். சில வினாடிகள் நிலவிய அமைதியில் மிக இயல்பாக தலை திருப்பிப் பார்த்தேன். அதற்குமுன் அவ்வளவு காகங்கள் சேர்ந்தாற்போல் ஒன்றை மட்டும் இலக்காக வைத்துப் பறந்து வருவதை எங்கேயும் எப்போதும் பார்த்ததேயில்லை. எந்தச் சத்தமுமின்றி, இறகசைப்பு கூடக் காட்டிக் கொடுத்துவிடும் என்றெண்ணி கழுகு போல றெக்கைகள் அந்தரத்தில் நிற்க அவை தாழப் பறந்து வந்தன. தலைக்கு மேலாக வட்டமிடத் தொடங்கின. முகத்தை இரு கைகளாலும் பொத்தியபடி ஓட ஆரம்பித்தேன். அவற்றின் கர்ண கடூரமான கத்தல்கள் சாபம்போலத் துரத்தின. கல்தடுக்கிக் குப்புற விழுந்து புரண் டெழுந்தேன். வெளி சலனமற்றிருந்தது. காகங்கள் கிடக்கட்டும்... எந்தப் பறவையும் அங்கு தென்படவில்லை. உடம்பை நன்றாகப் பார்த்தேன்.

எங்கும் அவற்றின் அலகுபட்டு ரணமானதற்கான காயங் கள் ஏதுமில்லை. சிறிது தூரத்தில் சடலம் ஒன்று எரிந்துகொண் டிருந்தது. நீண்ட கழியுடன் அருகில் நின்றிருந்த வெட்டியானை நோக்கித் தீயின் சுவாலைகள் காற்றுக்கு அலைந்தன. நா வறண்டு தாகம் மேலிட்டது. ஊருக்குள் நுழைந்து, குடத்துடன் எதிர்வந்த பெண்ணிடம் நீர் கேட்டேன். வீட்டிற்குள் சென்று மறைந்தாள். அவளைவிட இளம்பெண் சொம்பை முகத்திற் கெதிரே நீட்டினாள். எங்கோ பார்த்தது போன்ற நினைவு, சரிதான். முரளியின் பர்ஸிலிருக்கும் புகைப்படத்தில் கண்டது

இரவுக் காட்சி

போலவே இருந்தாள். “மு . . .ர . . .ளி” என்று இழுத்தேன். சொம்பைக் கீழே போட்டுவிட்டு “அண்ணே . . .” என்று உள்ளே ஓடினாள். உருண்ட நீர் இரைவிழுங்கிய மலைப்பாம்புபோல மெல்ல உடலை அசைத்து நகர்ந்தது.

அம்மாவும் அவளும் ஆங்காரமாகத் தலையிலடித்துக் கொண்டு கதறினார்கள். நெருங்கிப்போய்ப் பார்த்தேன். முரளி யின் படத்திற்கு பொட்டிட்டு, மாலை போடப்பட்டிருந்தது. வாழைப் பழத்தில் சாய்வாகக் குத்திவைக்கப்பட்டிருந்த ஊது பத்தியிலிருந்து புகை சன்னமாக எழுந்து நெளிந்து மறைந்தது. பதறியடித்துக்கொண்டு எழுந்தேன். இரவு தாழிடப்படாம லேயே தூங்கிப்போனது தெரிந்தது.

முரளியைத் தேடிக்கொண்டு ஏறக்குறைய ஓடினேன். மற்றவர்கள் பார்க்கையில் நடப்பதுபோலவும் யாரும் இல்லாத இடங்களில் வேகத்தைக் கூட்டுவதுமாக இருந்தேன். போகிற போக்கில் அந்தப் பாலத்தைப் பயத்தோடு பார்த்தபோது, பீதியில் கல்தூண்போல அப்படியே நின்றுவிட்டேன். உடம் பெல்லாம் உதறல் எடுத்தது. அதற்குமுன் தொடைகள் அப்படி நடுங்கியதில்லை. படபடப்பில் நெஞ்சு வேகமாக அடித்துக் கொள்ளத் தொடங்கியது. அருகே நெருங்க நெருங்க வியர்வை யால் கைலி காலோடு ஒட்டிக்கொண்டுவிட்டது. பாலத்தின் அடியில் கூட்டம் கூட்டமாக வாயைப் பொத்தியபடி நின்ற ஆட்களைக் காவலர்கள் அங்கிருந்து நகர்த்திக்கொண்டிருந் தார்கள். தோள்களை விலக்கி எட்டிப் பார்த்தேன். பாதாளச் சாக்கடையில் தவறி விழுந்த உடலை மேலே எடுத்துக் குப்புறப் போட்டிருந்தார்கள். உடல் முழுக்கச் சாக்கடையின் சகதிகள் அப்பிக் கிடந்ததால் அடையாளம் காண முடியவில்லை. அடிவயிற்றில் கூர்மையான ஈட்டியைப் பாய்ச்சியதுபோல உணர்ந்தேன். எவரிடமும் விசாரிக்கத் தெம்பில்லாமல் முரளி யின் மேன்ஷனுக்கு ஃபோன் செய்ய ஓடினேன். ஏகதேசமாக அங்கிருந்த அனைத்துக் கடைகளின் முன்னாலும் ஒரு ரூபாய் நாணயத் தொலைபேசி இருந்தும் அனைத்திலும் பேசியபடி யிருந்த ஆட்கள் வினாடிகள் தீரத்தீர நாணயங்களைப் போட்ட படியேயிருந்தார்கள். மாநிலத்தையே உலுக்கி எடுத்துக்கொண் டிருந்த பாடல், கடைகளின் உள்ளேயிருந்து பண்பலையில் ஒலிபரப்பாகிக்கொண்டிருந்தது. அனாதையாக நின்றிருந்த தொலைபேசிக்கருகில் செல்லும்முன், பெரிய சிரிப்பொலி கேட்டுத் திரும்பினேன். அவள் கையிலிருந்த டபராவிலிருந்து தேநீர் டம்ளருக்கு இறங்கிக்கொண்டிருந்தது. நெற்றியின் இடப் பக்கம் காபிப்பொடி போன்ற ஒன்று வைக்கப்பட்டிருந்தது. ஞாபகத்தில் மூடிக்கிடந்த புகைமூட்டம் மெல்ல விலகியது. இரவு அவளைச் சுவரில் மோதி அடிக்கையில் வெகு சமீபத்தில்

கண்டிருந்தேன். அவள் அழைப்பால் வந்த வினைதானே இதுவெல்லாம்! அவள் உறுப்புகளைப் பிடுங்கிப் பிய்த்து எறிந்தாலொழிய வெறி அடங்காது... எனும்படி கோபம் மூண்டது. ஆவி பறக்கத் தேனீர் வந்தது. நாக்கில் பட்டதும் சுருக்கெனத் தைத்தது. அவளுக்கெதிராகப் போய் நின்றேன். தலை நிமிர்த்திய அதே நொடியில் அவள்மீது தேனீரை எறிந்தேன். "ஐய்யோ... யம்மா... ஐய்யய்யோ" என்று அலறினாள். "எரியுதே... எரியுதே..." எனக் கத்தியபடி மண்ணை எடுத்து முகத்தில் தேய்த்துக் கொண்டாள். 'நங்'கென்று முதுகில் உதைத்தேன். "எவன்னே தெரியலையே... தேவிடியாப்பய... கொல்றானே..." பிலாக்கணம் ஒப்பாரியில் முடிந்தது.

அடிக்க ஓடிவந்தவர்களில் நடைமேடையிலிருந்து வந்தவர்கள் தவிர, மற்றவர்கள் அவளது இரவுநேர வாடிக்கையாளர்களாக இருக்கக்கூடும். பெரிய கல்லை எடுத்து ஓங்கினேன். பயந்து நின்று, பின் முன்னிலும் வேகமாக வந்தார்கள். கல்லைப் போட்டுவிட்டு ஓடினேன். அஜீரணத் தொல்லை இருந்த இரவுகளில் குறுக்கு வழிகளில் நடந்து கண்டுபிடித்திருந்த தெருக்களும் முனைமழுங்கிய சந்துகளும் இப்போது உதவின. வெவ்வேறு இடங்களில் பதுங்கி எழுந்து ஓடினேன். திறந்திருந்த அறைக்குள் மூச்சிறைக்க நுழைந்து, கதவைத் தாழிட்டுவிட்டுக் கட்டிலில் விழுந்தேன். நாற்காலியில் அமர்ந்து சிகரெட் புகைத்துக்கொண்டிருந்த முரளி, அதை ஜன்னலில் வீசிவிட்டு மெதுவாக அருகில் வந்தான். உதடுகளின் விளிம்புகள் விரிய புன்னகைக்க முயன்றான். கண்கொட்டாமல் அவனையே பார்த்தபடி கிடந்தேன். மின்விசிறியின் சுவிட்சை அழுத்தினான். அது வேகமாகச் சுழலத் தொடங்கியது.

காலச்சுவடு ஜூலை 2007

மதில்கள்

கைப்பிடியில்லாத, ஒடுங்கிய, விளிம்புகள் வளைந்து போயிருந்த அலுமினியப் பக்கெட்டில் நீரை மொண்டு வாசலுக்கு வந்தாள். இருள் நரைக்காத காலையிலேயே விழித்துக் கொள்ளக் காரணமாயிருந்த கனவின் சுழலில் சிக்கி மனம் நிம்மதியை இழக்குந்தோறும் மஞ்சுளா அவளது இஷ்ட தெய்வத்தை மீண்டும் மீண்டும் அழைத்த படியே இருந்தாள். வாசலில் ஏற்கனவே நீர் தெளிக்கப் பட்டு அதன்மேல் சிக்கலான நெளிவுகளும் நுட்பமான வளைவுகளோடும் உருப்பெற்றிருந்த கோலத்தைக் கண்ட தும் திகைத்து நின்றாள். பிசுபிசுப்பேறிய காலைக்காற்றில், கடந்து செல்லும் செருப்புகளின் தினுசான ஒலிகளைக் கேட்டபடியே மனச்சஞ்சலத்தை இறக்கிவைக்கப் பிரயத் தனப்பட்டு அவள் போட்ட கோலம் அது. உதட்டை மடித்து பற்களுக்குள் திணித்தும்கூட அவளால் கண் ணீரைக் கட்டுப்படுத்த முடியவில்லை. தொண்டை அடைத்து விம்மினாள். அப்படியே எரிந்து சாம்பலாகி விடவேண்டும் என எண்ணிக்கொண்டாள். அவள் பார்வை பக்கெட்டுக்குள் சென்றது. நிச்சலனமாகக் கிடந்த நீருக்கடியில் செம்பு பூசியதுபோலப் பாத்திரம் தேய்ந்து போயிருந்தது.

ஸ்ரீஜா அக்காவை நினைவூட்டும்படியாக, தண்ணீர் சடையுடன் பள்ளிச்சீருடையில் ஒரு பெண் கோலத்தைக் கடந்து சென்றாள். ஒவ்வொரு காலையும் ஸ்ரீஜா அக்கா வோடுதான் துவங்குகிறது என்பது போல அவளது காரியங்கள் இருக்கும். சிவப்பிலோ மஞ்சளிலோ பார்டர் போட்ட சேலையும் பார்டரின் நிறத்துக்கு ஜாக்கெட்டும் அணிந்து சாம்பிராணிப் புகை வீடெங்கும் பரவிச்செல்ல ஒவ்வொரு சாமி படத்தின் முன்னும் அவள் உதடுகள் பிரார்த்தனைக்காக அசைவது தெரியாமல் அசையும்.

இரவிலேயே பறித்து தொட்டியிலிட்டு விரிய வைத்திருந்த செம்பருத்தியை அதன் காம்புகள் வெளித்தெரியாமல் இதழ்கள் மட்டும் பார்க்கும்படியாக அது எப்போதும் அவளுடன் இருந்து கொண்டிருப்பது போல வைத்திருப்பாள். நெற்றியில் நேர்த்தியான சந்தனக்கீற்று. அதன் அடியில் புள்ளிப் போல சிறு பொட்டு. மணமாகி வந்த புதிதில் அதுபோல ஒரு முறை அவன் முன் சென்று நின்றபோது "எவஞ் செத்துப் போயிட்டான்னு இப்படித் தலய விரிச்சிப்போட்டுட்டு வெள்ளப் பொடவையோடு வந்து நிக்கிற" என்றான்.

அம்மாவின் புடவையில் மண்ணெண்ணெய் வாடை அடித்தபடியே இருக்கும். விறகில் நெருப்பு பற்றிக்கொள்ளும் வரைக்கும் அடுப்பின் முன் மூன்றாக மடிந்து குழலால் ஊதியபடியே இருப்பாள். அவள் முகத்திலும் கைகால்களிலும் கரி அப்பிக்கிடக்கும். கண்களைத் திறக்க முடியாமல் மூடிய படியே புகையை விழுங்கி, காகிதங்களின் ஓரத்தில் மண் ணெண்ணையை நனைத்து விறகின் மீது போட்டபடியே அடுப்பு பற்றிக்கொள்ளும் வரை போராடுவாள்.

எதிர்வீட்டின் மேல் கண்கள் பட்டுத் தாழ்ந்தன. அந்த வீட்டின் செவ்வகவடிவ ஜன்னல் மட்டுமே திறந்து கிடந்தது. இன்னும் படுக்கை சுருட்டாமல் கிடந்தது. குணசேகரனின் மேல் கால் போட்டுக் குழந்தைகள் படுத்திருந்தன. அவனுக்கு இரவு வேலையாக இருக்கும். மீந்ததைச் சாக்கடையில் கொட்டவோ எங்கேனும் வெளிக்கிளப்பவோ மட்டும் கதவு திறக்கும். எப்போதேனும் எதிர்பாராது வழியில் பார்க்கக் கிடைத்தால் மேகலாவின் கண்கள் ஈரமண்ணில் ஊன்றப் பட்ட வாள்போல மஞ்சுளாவின் மேல் அசையாது நிற்கும். மேகலா மணமாகி வந்த புதிதில் மற்றவர்களிடம் மிரட்சி யோடு விலகி நின்றாள். மஞ்சுளாவின் உள்ளங்கையிலிருக்கும் மற்றுமொரு ரேகைபோல அவளோடு ஒட்டியே இருந்தாள். ஓராண்டு கழித்து மாதுளையைப் பிளந்தது போன்ற இரத்தினச் சிவப்பாகப் பெண் குழந்தை பிறந்தது. குழந்தை மேகலாவைக் கொண்டு பிறந்திருந்தது. குழந்தையை நெருங்கவே மேகலா விடவில்லை. அருகில் செல்லும்போதெல்லாம் முலைப்பால் தர மடியில் போட்டுத் தட்டிவிட ஆரம்பித்துவிடுவாள்.

தன் அழகு பற்றிய மிதமிஞ்சிய சுய மோகமும் தன் வெள்ளைநிறம் குறித்த மிதப்பும் கொண்டவள் அவள். குணசேகரனைத் தன் காலைச் சுற்றிவரும் நாய்க்குட்டியாகப் பழக்கிவைத்திருந்தாள். குழந்தைக்கு ஆறு மாதத்திலேயே முலைப்பால் மறுத்தாள். அதை அறிந்ததும் மஞ்சுளா அவளைச் சபித்தாள். மதுவிடம் கூறிப் புலம்பினாள். அது வீட்டைச்

சுற்றி வந்து மேகலாவிடமே எட்டியபோது "பெத்துக்க வக்கில்லீன்னா மூடிட்டு இருக்க வேண்டியதுதானே? யோசனை மயித்த என்ன நொட்றது?" என்றாள்.

அன்று எதுவுமே உண்ணாமல் விறைத்த பிணம் போல மஞ்சுளா அறையில் கிடந்தாள். அந்த இரவை அவள் கண்ணீரால் நனைத்து, வீங்கிச் சிவந்த கண்களுடன் விடியலைக் கண்டாள்.

மஞ்சுளாவின் நினைவு சுழன்றபடியே இருந்தது. தோகை விரிக்காத மயில், மலர்ந்திருக்கும் தாமரை போன்ற சூட்சுமமான பின்னல்கள் கொண்ட கூடைகளை வெகுநேர்த்தியாக மஞ்சுளா பின்னுவாள். அவளது மாமியாரின் நச்சரிப்பாலேயே அவள் முன்பு கற்ற தையல்வேலையை வீட்டிலேயே மெஷின் போட்டுத் தைக்கத் தொடங்கினாள். நவீன மோஸ்தர் கொண்ட அவளது தையலுக்கு ஆட்கள் மொய்க்கத்தொடங்கினர். அவளது சேமிப்பு எகிறிச் செல்வதை யூகித்த மேகலாவும் மாமியாரும் மதுவிடம் கூறி சந்தேகத்தின் முட்களால் அவளைக் கிழித்தெறிந்து முட்டுக்கட்டைபோட்டு முடக்கினர். மீறித் திமிற முயன்ற நாளின் இரவில் போதையிலிருந்த மது, மெஷின் ஓரத்தில் வெட்ட வைத்திருந்த கத்திரியை எடுத்து எறிந்தான். அது இடது புருவத்தைக் கிழித்துச் சுவரில் மோதி விழுந்தது. மறுநாள் காலை ரத்தம் தோய்ந்த தலைக்கட்டோடு மஞ்சுளா எழுந்தபோது, மதுவையும் மெஷினையும் காணாது பதறினாள். அன்று மதியமே திரும்பிய மதுவின் மணிக்கட்டில் தங்கக் கைக்கடிகாரம் மின்ன வலது கையில் ஆட்டுக்கறி தொங்கியது.

மஞ்சுளாவிற்கும் மேகலாவிற்குமுள்ள உறவு புற்களைக் குவித்து அடியில் வைக்கப்பட்ட தீ போல புகைந்து கருகியபடியே இருந்தது. தலைமுறையாக கைமாறி வந்த வீட்டைப் பிரிக்கும் நாளில் மௌனத்தின் மதகு உடைந்து பீறிட்டது.

"கொழந்த குட்டி இல்லாதவங்களுக்கெதுக்குடி பங்கு?"

நேருக்கு நேராக நின்று மேகலா பேசினாள். அவள் பின்நின்ற குணசேகரன், வாயினுள் விரல்களைப் போட்டுக் குதப்பிப் கொண்டிருந்த தன் குழந்தையின் கையை எடுத்து சட்டையால் துடைத்து விட்டுக் கொண்டிருந்தான். முதன்முறையாக தன்னை 'டீ' போடுவதை மஞ்சுளா கவனிக்கத் தவறவில்லை. மேகலா அவள் அம்மாவின் குரலைத்தான் ஒலிக்கிறாள் என மஞ்சுளா அறிவாள். மஞ்சுளா துரதிர்ஷ்டம் பிடித்தவள் என்ற எண்ணம் மேகலாவின் அம்மாவிற்கு இருந்தது. வளைகாப்பு நலுங்கின்போது கூடக் கடைசியாகத்தான் மஞ்சுளா அனுமதிக்கப்பட்டாள்.

என்றைக்கும் இல்லாமல் மஞ்சுளா அன்று ஏறிநின்று பேசினாள். எதிர் நின்று பதில் சொல்லத் திராணியற்றுச் சுற்றி நின்றவர்களின் உதடுகள் மட்டுமே அசைந்தன. இற்றுப் போகும் நிலையிலிருந்த அவ்வீட்டைப் பிரித்துச் சரிசெய்கையில் தன் உயிரைத் தந்து மஞ்சுளா வேலை செய்திருக்கிறாள். மண்சட்டி சுமக்க ஆளொன்று குறைந்தபோது, மஞ்சுளாவே வாரம் முழுக்க அதைச் செய்து முடித்தாள். அன்று மஞ்சுளா வின் பேச்சில் இருந்த காரம் எவரும் அறியாதது. அன்றிலிருந்து ஒருவாரகாலம் அவளோடு பேசவே மதுசூதனன் பயந்து நின்றான். அனைத்தையும் முறித்துவிட்டு மேகலா தனியே சென்றாள். தம்பியைத் துரத்திவிட்டவள் எனும் கோபம் மதுவுக்கு மஞ்சுளாவின் மேல் ஒரு வடுவாக நிலைத்துவிட்டது.

❍

நிழலொன்று அவள் அருகே வந்தது. கண்களில் பீழை அப்பியிருக்க மதுசூதனன் வந்து நின்றான்.

“மஞ்சு... காப்பி ஆச்சா?”

அவனைக் கண்டதும் அக்கனவை எண்ணி பதற்றமுற்றாள். அவன் பேசும்போது சாராயவாடையின் மிச்சம் காற்றிலேறி வந்தது. கோபத்தைக் கண்களில் காட்டிவிட்டுத் திரும்புகையில் இடைமறித்து நின்றான். கட்டைவிரலில் அவன் வளர்த்திருக்கும் நீண்ட நகத்தால் பூனைமுடி போன்ற ரோமங்கள் சுருண்டிருந்த அவள் முழங்கையை அழுத்திக் கீறினான். கண்களில் நீர் முட்டிற்று. “மஞ்சு” என்ற குரலோடு கதவை உலுக்கும் சத்தம் கேட்டதும் அங்கிருந்து விலகினான். வாசல் படியில் பரிமளம் அக்கா நின்று கொண்டிருந்தாள்.

“இவனைக் கொஞ்சோ வச்சிரு. ரேசன்கடை வரைக்கும் போய்ட்டு வந்தர்றேன்.”

குழந்தை அவளைக் கண்டதும் கதவைத் தட்டுவதை நிறுத்திவிட்டு அப்படியே தாவிற்று. எதிர்த்தவீடு திறந்து கிடந்தது.

பின்வாசல் கதவைத் திறந்து நாயுடன் மது கொஞ்சிக் கொண்டிருந்தான். இன்றும் அவன் வேலைக்குப் போகப் போவதில்லை.

அரிசியைக் களைந்து உலையில் போட்டபடியிருந்தாள். குழந்தையின் வீறிடலில் நடுங்கிக் கையிலிருந்த பாத்திரம் கீழே விழுந்தது. வாயில் போட்டுக் குதப்பிக் கொண்டிருந்த ரப்பர் வளையத்தை அந்தரத்தில் தூக்கிப்போட்டு போக்குக்

காட்டிக் கொண்டிருந்தான். தேம்பியபடியே அது கைகளை எக்கி அவனருகே சென்றது.

வேகமாக அதைப் பிடுங்க முயன்றாள். அவளுக்கும் எட்டாத உயரத்தில் அவன் கைகளை மேலே தூக்கினான்.

"மொதல்ல அதக் கொடு" – கோபமாகக் கத்தினாள்.

அவன் கையிலிருந்த ரப்பர் வளையம் அனிச்சையாக அவள் கைக்கு மாறியது.

"நைட்டு வேனாவேனான்னு சொன்னேன். முத்துதான் ஒரேடியா இழுத்துட்டுப் போயிட்டான். நானாவது வூட்டுக்கு வந்துட்டேன். அவென் எங்க விழுந்து கிடக்கிறானோ?"

"இதையெல்லாம் உங்கிட்டக் கேட்டனா?"

எதுவும் பேசாது சட்டையைப் போட்டுக் கொண்டு வெளியே போனான்.

❍

குடித்துவிட்டு வரும் இரவுகளும் அதற்கு அடுத்தடுத்த நாட்களும் அவளுக்குக் கலக்கத்தையே உண்டுபண்ணின. பல இரவுகளில் ஊர் அடங்கிய பின் நுழைந்து அவள் மடியில் தலைவைத்துத் தேம்புவான். கையில் காசு புழங்கும் தினங்களில் எண்ணெய் மினுங்கும் வறுத்த மீன்களைத் தள்ளாடியபடியே வாங்கிவருவான். லகுவாக முள்நீக்கிப் பிட்டு அழுதபடியே ஊட்டிகூட விட்டிருக்கிறான். அப்போது அவள் மனத்திற்கடியிலிருந்து பிரியங்கள் மேலெழுந்து வரும். அவனை அப்படியே ஏற்றுக்கொள்வாள். அக்கணம் உறைந்து அடுத்த காலம் என ஒன்றில்லை என ஆகிவிட வேண்டும் என்று தோன்றும். ஆனால் நிம்மதியற்ற பகல்களைத் தரும் கொடுமையான இரவுகள் வெகுதொலைவில் இல்லை என அவள் அறிவாள்.

வேறு பல இரவுகளிலும் அதே வாடையோடு அவளருகில் வந்திருக்கிறான். அது மூர்க்கமானதாக திகில் கொண்டதாக இருந்திருக்கிறது. கேள்விகள் விஷ ஜந்து போல் அவளைக் கொட்டித் தீர்க்கும். சிகரெட்டுகளின் சாம்பல் அவனது வெற்று மார்பில் உதிர்ந்து கிடக்கும்.

"நேத்து பால்காரனோட என்னடி அத்தன நேரம் நாயம்?"

"எப்பப் பார்த்தாலும் மினிக்கிக்கிறயே. வூட்டுக்கு வெளில தேவடியாத்தனங்கீது பண்றயா நாயி..."

சகிக்க முடியாத எல்லையை அவன் வார்த்தைகள் எட்டும் போது எதிர்த்து நின்று பேசுவாள். கால்கள் நிற்க மறுத்துச்

சரியும் போதையிலும் அவளைத் துழாவிச் சென்று புறங்கையில் ஓங்கி அடித்துக் கீழே தள்ளி மிதிப்பான். ஆண்வாடையே இல்லாத குடும்பத்திலிருந்து வந்தவள் அவள். பழியும் அடியும் தாங்கமாட்டாமல் பிறந்த வீடு சென்றாள்.

கடிதங்கள் எழுதியபடியேயிருந்தான். எதற்கும் அவள் திருப்பி எழுதவில்லை. முன்பு அடகு வைத்திருந்த மூக்குத்தியை மீட்டுப் பிரபாவிடம் தந்து அனுப்பினான். சலனமேயில்லை. வெகுநேரம் காத்திருந்து தெருவில் மடக்கி மஞ்சுளாவிடம் அரற்றினான். அவள் மனம் சற்றே இளகிற்று. அப்போதும் அப்பாவிற்கு மனமே இல்லை. இரண்டு பஞ்சாயத்துகளின் முடிவில் அவளை விடாப்பிடியாக மீண்டும் வீட்டிற்கு கூட்டிக் கொண்டு வந்தான்.

இரவுகளில் அவனது வலுக்கட்டாயமான உறவின்போது கட்டையாகக் கிடப்பாள். குளியலின் போது கீறல்களிலும் காயங்களிலும் நீர் பட்டதும் நெருப்பில் சுடுவதுபோல எரியும். குடியின்றி அவன் நெருங்கும்போது அவள் ஈடுகொடுத்து எழும்வேளையில் அவன் கவனமாய் பின்வாங்குவான்.

○

அம்மாவுக்கு மஞ்சுளாவைப் பற்றிய தீராத மனக்கவலை இருந்தது. அப்பாவைச் சதாகாலமும் விரட்டிக் கொண்டே யிருந்தாள். கல்யாண வீடுகளில் ஏதேனும் புதிய வரன் தட்டுப் படுகிறதா என்றபடியே பேச்சுக் கொடுப்பாள். அம்மாவின் சித்தப்பா மகனான பரமேஸ்வர மாமா கொண்டுவந்த ஜாதகங ்களில் இருந்த கிரகங்கள் அவர்களுக்கு எதிரான திசையில் நின்று கொண்டிருந்தன. கூடிவந்தவைகளில் அப்பாவுக்கு ஏதேனு மொரு மனத்தடை இருந்தது.

ரவியின் ஓயாத நச்சரிப்புகளை அவள் பொருட்படுத்தவே யில்லை. காலை நேரங்களில் வெறுமனே அமர்ந்து விரல் நகங்களைக் கடித்து துப்பிக்கொண்டேயிருப்பாள். அந்தத் தெருவிலிருக்கும் பள்ளிக்குழந்தைகளில் விதவிதமான சடைப் பின்னல்கள் அவள் கைவிரல்களின் வித்தை என்பதைப் பலரும் அறிவார்கள். மாலை நேரங்களில் வீடே அதிரும்படியான குழந்தைகளின் களேபரத்திலும் அவைகளின் துடுக்குத்தனத் திலும் மெய்மறந்து கண்ணீர் முட்டச் சிரித்து அமர்ந்திருப்பாள். குழந்தைகள் கிள்ளிக்கொண்டு அழுவதை, டியூசனை நிறுத்தி விட்டு சமாதானம் செய்வாள். *துறுதுறுப்புமிக்க, அமைதியான, அடித்துக் கொள்கிற, மந்தமான குழந்தைகள் பலவும் அவளிடம் படிக்க வந்தன. ஒன்றையும் அவள் வெறுத்ததில்லை. கை நீட்டியதும் இல்லை.* அம்மாவின் அதட்டலுக்குத் தான் அவை

இரவுக் காட்சி

பயப்படும். அம்மா அகன்றதும் 'ஹோ'வென்று இரைச்சல் திரும்பும். பொய்க்கோபம் காட்டிச் சிறுபிரம்பைத் தரையில் தட்டி படிக்கச் செய்வாள். வகுப்பு முடிந்து வீடு திரும்பும் முகம் சுண்டிய குழந்தையை அழைத்துக் கொஞ்சி முத்தம் தந்தனுப்புவாள். முற்பகற்பொழுதை பூங்கோதையோடு தையல் வகுப்பிற்குச் சென்று அம்மாவிடமிருந்து தப்பித்தாள். அதற் கருகிலிருக்கும் லேவாதேவிக்காரரின் கடையில்தான் ரவி வேலைக்கிருந்தான். அவன் நெருங்கி வரும்போதெல்லாம் காததூரம் விலகி ஓடிவிடுவாள். திண்ணையில் போடப்பட்ட தையல் மிஷினை ஓயாமல் மிதித்துக் கொண்டிருக்கும் அப்பா வின் முகம் அவள் நினைவில் எழும். அங்கு அமர்ந்து செய்ய முடியாத வேலைக்கு மட்டும் அவர் இருக்கையிலிருந்து எழுவார். தைக்க எதுவுமில்லாத போதுங்கூட மிஷினுக்கு எண்ணெய் விட்டுக்கொண்டிருப்பார். இரவு எட்டுமணியிலிருந்தே அவருக்கு வெந்நீர் காயும். எப்போதேனும் நடுநிசியில் விழிப்புத்தட்டி எழுந்தால் அம்மா கால்பிடித்து விட்டுக்கொண்டிருப்பதைக் காண்பாள்.

மஞ்சுளாவின் பின்னாலேயே அவளைவிடவும் துடுக்காக வளர்ந்து வந்த பிரபா, அம்மாவை மேலும் வேகங்கொள்ளச் செய்தாள்.

"நேந்து கலந்து அனுசரிச்சு பாக்கச் சொல்லுக்கா"– அடுக்களை வரை வந்து ஒரு நாள் பரமேஸ்வர மாமா சொல்லி விட்டுப் போனார். பிறகு காரியங்கள் சிக்கலின்றி நடந்தேறின.

முன்பே பொருந்தி வந்து அப்பாவிற்குப் பிடிக்காமல் தட்டிக் கழித்த ஜாதகம் மாமாவின் மூக்குப்பொடி நெடிகொண்ட மஞ்சள்பையிலிருந்து மீண்டும் வெளியில் வந்தது.

"விசாலம்!" உள்ளறை நோக்கிக் குரல் கொடுத்தார். புரிந் தவள் போல அங்கிருந்தே "ஊர்ல எவங்குடிக்காமயிருக்கான். எல்லாம் போகப் போகச் செரியாப் போயிரும்" என்றாள்.

❍

மண்ணெண்ணெய் வாடை அருகில் வருவது போலிருந்தது. பரிமளம் அக்காதான். குழந்தை தோளில் சாய்ந்தபடியே தூங்கிப் போயிருந்தது. அவனை எழுப்ப வேண்டாம் எனச் சைகை காட்டிவிட்டு, வழிந்த வியர்வையைப் புடவைத் தலைப்பால் ஒத்திக் கொண்டவாறே திரும்பி நடந்தாள்.

விடியலின் கதிர்கள் திறந்திருந்த கண்ணாடிச் சாளரத்தி னூடாக உள்ளே விழுந்திருந்தது. அதில் தூசிகள், சாய்த்து வைக்கப்பட்ட தூண்களாய் மிதந்தன. மஞ்சுளா கண்களைக்

கீழே சரித்து படுக்கையை கைகளால் துழாவினாள். கைகளை இறுகப்பற்றி அழுத்தினான். அந்தச் செய்கை அவளுக்கு வினோத மாகப்பட்டது. அவன் கண்கள் சிவந்து கனிந்திருந்தன. அது நிறமிழந்த சுவரைப் பார்த்தபடியேயிருந்தது. அறைக்குள் அம்மா வந்தாள். அவளிடம் மண்ணெண்ணெய் வாடையில்லை. ஆனால் முகத்தில் கரி அப்பிக் கொண்டது போன்ற இருள். பின்னாலேயே செவிலி வெண்துணியை குழந்தையின் முகத் துக்கும் சேர்த்து போர்த்தியபடி வந்து நின்றாள்.

“எஞ்சாமி முழிச்சிட்டியாடீ... இந்தக் காச்சியக் காங்கறதுக்குத்தான் கண்ணத் தொறந்தயா எந்தெய்வமே.”

கைநீட்டினாள். அவன் ஓடிப்போய் அதை எடுத்து அவளருகே சென்றான். அவனைக் காணச் சகிக்காமல் முகத்தை வேறுபக்கம் திருப்பிக் கொண்டாள். அப்போதுதான் அது நோயாளியின் அறையே அல்ல, சவக்கிடங்கு என அறிந்தாள். அலங்கோலமாக மூட்டைகள் போல குவியலாக வயது பேத மின்றி பிணங்கள் அங்கு போடப்பட்டிருந்தன. பயந்து எழுந்து நர்ஸிடமிருந்து குழந்தையைப் பிடுங்கிக்கொண்டு வெளியே ஓடினாள். உள்ளே ஒரே கூப்பாடு. சவங்களின் ஓலம். பாரவண்டிகள் ஒழுங்கற்று நிறுத்தப்பட்டிருந்த சத்திரத்தின் திண்ணையில் ஆட்களின் சத்தமான குறட்டையொலி கேட்டது. சுற்றும்முற்றும் பார்த்துப் பதுங்கியபடியே ஒளிந்து கல்தூண் பின்னால் நின்று அவசரமாக குழந்தையின் வாயினுள் தன் முலைக்காம்பைத் திணித்தாள். விழிப்புத் தட்டி எழுந்தமர்ந்து கண்ணீரைச் வீறாப்புடன் துடைத்துக் கொண்டே மனமுருக வேண்டித் திருநீறை எடுத்து வைத்துக் கொண்டாள்.

❍

போட்டது போட்டபடி கிடந்தது. சோற்றை மட்டும் அடுப்பிலிருந்து இறக்கி வைத்தாள். இந்த எட்டு வருடங்களில் அவள் ஏறி இறங்கியிருக்கும் கோவில்களில் செய்திருக்கும் பரிகாரங்களுக்கு அளவே இல்லை.

உச்சிபூஜைக்கு இன்னும் அரைமணிநேரமே மிச்சமிருந்தது. எத்தனை அவமானங்கள், ஊமைக்காயங்களின் ஆறாத்தழும்பு கள், நினைக்கும் போதே சீழ் கொட்டும்படியான இளக்கார மான குத்தல்கள், கேலிகள், அவளது ஆற்றாமைகள் கடவு ளிடம் கண்ணீராய் மாறும். திரைவிலக்கி மணிமுழங்க தீபாரா தனையில் ஜோதி ரூபமாய் அம்முகத்தைக் காண்கையில், ஜனங்களின் பக்தி கோஷங்களுக்கிடையில் அவளது கண்களி லிருந்து தாரைதாரையாய் கண்ணீர் வழியும். அவளது உடலை யும் மனதையும் தெய்வத்தின் கருணைக்காக எவ்விதத்திலும்

கரைத்துக் கொள்ளத் தயாராகவிருந்தாள். பிரகாரத்தில் சற்று நேரம் அமர்ந்து எடுத்துச்சென்ற துதிப்பாடல்களை படித்துக் கொண்டிருப்பது அவள் வழக்கம். அப்போது பழக்கம் கொண்டவர்கள் அன்றுவரை அறியாத ஊர் பேர் சொல்லி அங்கிருக்கும் தெய்வத்தின் மகத்துவத்தைக் கூறக் கேட்பாள். அவ்வளவுதான். அந்தக் கோவிலில் இவளது தொட்டில் தொங்கும். தொடக்கத்தில் அவனுக்கும் நம்பிக்கைகள் இருந்தன. விதவிதமான குழந்தைகள் ஒன்றோடொன்று ஒட்டியபடி நிற்கும் நீண்ட படத்தை வாங்கி வந்து மாட்டினான். அதற்குப் பெயர்களை மஞ்சுளா தன் நோட்டுப் புத்தகத்திலிருந்து எடுத்துத் தந்தாள். அவனுக்குப் பெண் குழந்தைதான் பிடிக்கும். அது போன்ற குழந்தையொன்று அவர்களுக்கிடையில் படுத்திருக்கும் நாளொன்றைப் பற்றி கண்கள் மின்ன அவன் கூறியது நினைவிலிருக்கிறது. ஆண்டுகளின் நகர்வில் நம்பிக்கைகள் மங்கி மறைந்து போயின. அந்த வெறுப்பு கடவுளின் மீது திரும்பிற்று. அவள் கோவிலுக்குப் போவதையே அவன் அடியோடு வெறுத்தான். மதுவுக்கு உள்ளூர பயம் அவளிடத்தில். அவனுக்கிருக்கும் சிறிய இடம்கூட குழந்தைகள் மூலம் ஒன்றுமில்லாமல் ஆகக்கூடும். குழந்தையை எடுத்துவந்து பரிமளம் அக்காவிடம் தந்துவிட்டு கோவிலை நோக்கி ஓடினாள்.

இருவரது ஜாதகங்களையும் கணித்த ஜோதிடர்கள் புத்திர பாக்கியத்தின் யோகம் உண்டென்றும், கிரகநிலைகளின் கோளாறுகளால் அது தாமதமாகிக் கொண்டிருக்கிறது என்று சொன்னார்கள். பரிகாரங்கள் மூலம் அந்த இருண்ட மேகங்களை கலைத்து விடமுடியும் என்றிருந்தார்கள். மருந்துகளால் அவள் மனம் சோர்ந்து போயிருந்தது.

மருத்துவமனைகளை உள்ளூர வெறுத்தாள். முக்கியமாக, குடலைப் புரட்டும் அந்த நாற்றத்தை. இதற்காகும் சகல செலவுகளையும் அவளுக்கு அப்பாதான் பரமேஸ்வர மாமா மூலம் அனுப்பிக் கொண்டிருந்தார். கருடதோஷம் அவளுக்கு இருப்பதாகவும் உச்சிபூஜைக்குக் கருடனையும் பெருமாளையும் சேவித்துவிட்டு முப்பது நாட்கள் விடாமல் கிருஷ்ணப்பருந்துவை வணங்கும்படி ஜோதிடர் சொல்லியிருந்தார்.

○

அவளது நிழல் அவளது காலடியிலிருந்து கிளம்பி பின்னால் நகரத் தொடங்கிற்று. நேரம் ஓடிக் கொண்டிருந்தும் கருடன் வராமலிருப்பதில் அவள் மனம் ஒரு பாறையாக அல்ல பாறையைப் பற்றிக் கிடக்கும் சிறுதுரும்பாக அச்சம் கொண்டது. வெயிலின் சூடு தாங்காமல் வெடித்த பாதங்களை

கே.என். செந்தில்

கருங்கல்லில் தேய்த்து ஆற்றிக் கொண்டாள். அவன் ராயங் கோயில் மேட்டிலிருந்து திரும்பியிருந்தால்? எதிர்கொள்ளும் ஆற்றல் அவளுக்கு வேண்டுமே! இன்னும் நான்கு நாட்கள்தான் பரிகாரங்கள். சரிக்கட்டிவிட வேண்டும். குழந்தையைத் துணி சுற்றி எடுத்துவந்து லிங்கேஸ்வரின் காலடியில் வைத்து ஒற்றி எடுக்கும் காட்சி அவள் மனதில் தீபமென எரிந்தது. மிகக் கடுமையாக எச்சரித்திருந்தான். மறந்தும் கூட அவனிருக்கையில் கோவில் பற்றி, அலங்காரம் பற்றி மூச்சே விடமாட்டாள். உச்சிபூஜை கழிந்து அரைமணி தாண்டிவிட்டது. தென்னங் கீற்றுகளின் நிழலசைவைக் கண்டு கன்னத்தில் போட்டுக் கொள்ளுமளவிற்கு மனம் பேதலித்துவிட்டிருந்தது. கோவில் நடையும் பூட்டியாகிவிட்டது. அதன் முன் பிச்சைக்காரக் குழந்தைகள் வட்டமிட்டு விளையாடிக் கொண்டிருந்தன. கருடன் வரப்போவதில்லை. வீட்டிற்குத் திரும்புவதைக் குலைநடுங்க எண்ணிப் பார்த்தாள்.

தெப்பக்குளத்தின் பிரதான வாயிலில் அமர்ந்திருக்கும் நந்தி, தன்னையே ஏன் அப்படி உற்றுப் பார்க்கிறது? அது எழுந்து நிற்கும்போது உலகமே அழியும் என பரிமளம் அக்கா ஒருமுறை சொன்னாள். அது வேடிக்கையா உண்மையா என அவள் கவலை கொள்ளவில்லை. கருடன் வர வேண்டாம். நந்தியாவது எழுந்து நிற்க வேண்டும் என கசிந்த உள்ளத்தோடு கண்ணீர் மல்க வேண்டி நின்றாள்.

○

மது சிரமப்பட்டு தலையை நிமிர்த்த வேண்டியிருந்தது. வேலைக்குச் செல்லாத நஷ்டத்தை இங்கு சரி செய்துகொள்ள வேண்டும் என அவன் மனம் துடித்தது. சீட்டுகளைப் பிரித்துப் போட்டவுடனே மதுவின் கைகள் தானாக எடுத்துப் பரபர வென்று சரிவாக அடுக்கின. ஆறுமுகம்தான் இதைச் சொன்னார். அவர் கலந்து கொள்ளாமல் பிரித்துப்போட்டு அதிலிருந்து ஜோக்கரை அலட்சியமாக உருவியெடுத்து இருவரையும் கண் கொட்டாமல் ஒரு நிமிடம் அளந்து பின் வெடித்த சிரிப்போடு கீழே போட்டார். வலது மூக்கின் ஓரமாயிருந்த மருவைக் கண்குவித்து கூர்ந்து பார்ப்பதுபோல செல்லக்கண்ணுவின் பார்வை மண்தரையில் விரிக்கப்பட்டிருந்த ஈரிழைத் துண்டில் சரிக்கப்பட்டிருந்த சீட்டின் மேல் அமர்ந்தது. சீட்டை மாற்றிப் போட்டெடுக்கும் ஒவ்வொரு முறையும் பால்கார ஆறுமுகம் 'சபாஷ்' என்பார். தன் முழங்காலை கைகளால் வருடியபடி உடனே பின்புறம் திரும்பிக் காறித் துப்புவார். மது இரண்டுமுறை மட்டுமே வெல்ல முடிந்தது. அவர்தான் மதுவுக்கு பட்டைச் சாராயம் வாங்கித் தந்திருந்தார். அவன் கையிலிருந்தவை

இரவுக் காட்சி

போக ஆறுமுகத்திடம் கடன்பெற்ற இருநூறும் செல்லக் கண்ணுவின் தொடைக்கடியில் தங்கிற்று. அப்போதுவரை எதுவும் விளங்காது, பார்த்தபடி நின்ற ஆட்டுக்காரச் சிறுவன் மருதாச்சலம், மதுவைக் கண்டு நகைத்தான். அது அவனைச் சீண்டிற்று. செல்லக்கண்ணுவின் சிறு தடு மாற்றத்தை சச்சரவாக மாற்றி ஆட்டத்தைக் கலைத்துவிட்டு வீட்டிற்குத் திரும்பினான்.

ஏற்கனவே திறந்திருந்த வீட்டினுள் உடலை எடையற்ற சருகாக மாற்றிச் சாதாரணமாக அவன் நம்பும் பொருட்டு சற்றே மிகையான பாவனைகளுடன் – மனத்திற்குள் உறையாது கூராக நிற்கும் பனிப்பாறையை மறைத்தபடியே நுழைந்தாள்.

“சோத்தப் போடுடீ.” சுவர் மூலையிலிருந்து சத்தம் வந்தது.

நாவின் குழறலில் அவன் போதையை அறிந்தாள். கவனத் துடனும் பேசும்போது எச்சரிக்கையுடனும் நடந்து கொள்ள வேண்டும் என எண்ணிக்கொண்டாள்.

“சித்த நேரத்துல பருப்பைக் கடஞ்சிர்றேன்” என அவனைப் பார்க்காமல் கூறினாள்.

“நேரம் ஒருபாடு ஆயிப்போச்சு . . . இன்னெக்கி எந்தூருடீ மேஞ்சுட்டு வர்ற. தொண்டுத் தேவிடியா . . .”

அவளிடம் ஒரு பேச்சும் இல்லை. அவளது அலட்சியம் அவனை அமைதியிழக்கச் செய்தது. உட்கார்ந்திருந்த முக்காலியை எடுத்து அவள்மேல் எறிந்தான். அவள் நகர்ந்து கொண்டாள். அது சுவரில் அடித்து விழுந்தது. அவன் கைக்கருகிலிருந்த முருகன் படத்தை ஆணியிலிருந்து எடுத்து அவள்மேல் எறிந்தான். அது அவள் கீழ்த்தாடையைக் கிழித்து ரத்தம் கொட்டிற்று. அவள் முடியைப் பிடித்து இழுத்த போது கோவிலின் மஞ்சள் குங்குமத்தால் அவள் நெற்றி நிரம்பியிருப்பதைக் கண்டதும் அவனுடைய கோபம் காட்டில் பற்றிக்கொண்ட நெருப்பு போல வளர்ந்தபடியிருந்தது. ரசம் தேய்ந்து கீறல்கள் நிரம்பி யிருக்கும் பழைய நிலைக்கண்ணாடியைப் பிடுங்கி அதைத் திருப்பி வைத்து தலையில் ஓயாமல் அடித்தான். கண்ணாடிகள் சில்லுகளாக அவள் மீது தெறித்தன. தலைநிமிர்த்தி அவனை எரிப்பது போலப் பார்த்தாள். அதை எறிந்துவிட்டு மூச்சுவாங்க மீண்டும் சுவர்மூலைக்குச் சென்று படுத்துக் கொண்டான். ஒன்றுமே நிகழாததுபோல எழுந்து துண்டுகளைப் பொறுக்கி வெளியே எறிந்தாள். அனிச்சையாக அவள் முகம் மேலே உயர்ந்தது. அவள் பார்வையில் படும்படியாக மிக அருகில் கிருஷ்ணப்பருந்து வட்டமிட்டுக் கொண்டிருந்தது. அதனைக் கண்டவர்கள் கன்னத்தில் போட்டுக் கொண்டு பாக்கெட்டி லிருந்து சில்லரையை எடுத்து கண்களில் ஒற்றிக் கொண்டார்கள்.

அழுதுவிடுவோம் என்று தோன்றியது. வெகு சிரமப்பட்டு அடக்கிக் கொண்டாள். முகம் சிவந்தது. சத்தமின்றி கதவைச் சாத்தித் தாழிட்டுவிட்டு அங்கேயே அமர்ந்து கால்களுக்கிடையில் முகத்தைப் புதைத்து ஒலியின்றி குலுங்கிக் குலுங்கி அழுதாள்.

உயிர் எழுத்து, அக்டோபர் 2008

காத்திருத்தல்

மூன்றாவது இரவில் பனிபெய்ய ஆரம்பித்து விட்டது. கதவுகளையும் ஜன்னல்களையும் அடைத்த பிறகும் ஓடுகளின் சன்னமான இடைவெளி வழியாகப் பனி இறங்கி சிமெண்ட் பால் ஊற்றப்பட்டு மொழுகிய தரையைச் சில்லிடவைத்திருந்தது. அங்கே கூடிக் கிடந்தவர்களின் கண்களில் ஒருவித ஆர்வமும் பின் அர்த்த பூர்வமான சலிப்பும் மாறி மாறி வெளிப்பட்டபடியிருந்தன. ராயப்பனின் சாவு மணிக்கணக்கில், அல்ல நொடிகளில் தள்ளிப்போய்க்கொண்டிருந்தது. எந்த மனிதனுக்கும் நேரக்கூடாத ஆனால் சொத்துக்கொண்ட பலருக்கும் ஏற்பட்டுவிடுகிற, பிறர் தன் மரணத்துக்காகத் தவித்துக் கொண்டிருக்கும் அவலமிக்க நிலையில் அவரிருந்தார். முன்பு அவரும் அவர் மனைவியும் கூடிக் கழித்த அறையில் வெற்றுடலில் அலட்சியமாகச் சுற்றிவிடப்பட்டிருந்த பழைய வேட்டியோடு கிடந்தார். மர வேர்கள் போல அவரது கைகளில் நரம்புகள் படர்ந்துகிடந்தன. குளிரில் மார்போடு ஒட்டிக்கிடக்கும் நரையோடிய ரோமங்கள் அவரது வயோதிகத்தைக் காட்டின. தவளையின் கண்கள்போல விரியத் திறந்திறந்த அவரது கண்கள் அர்த்தமற்று வெறித்தபடியிருந்தன. அவர்கள் குழந்தைகளாக இருந்தபோது அவர் இந்த வீட்டை வாங்கினார். தன் உடல் தொய்வடையத் தொடங்கியதையும் தனக்கு இன்னும் மிச்சமிருக்கும் காலத்தையும் உள்ளுணர்வால் அறிந்துகொண்டவர், சற்றும் தாமதிக்காமல் மூன்று வயது மகளுடன் தனித்திருக்கும் தன் கடைசி மகளுக்கு இந்த வீட்டைச் சாசனம் செய்து தந்திருந்தார். மகன்களது கசப்பையும் மருமகள்களது நைச்சியத்தின் மூல வேரையும் அவர் அறிவார். அவரது மனைவி சாவதற்கு முந்தைய இரவு அவரிடம் சொல்லிச் சென்றதை ஈடேற்றிய நிம்மதி அவருக்கிருந்தது.

கே.என். செந்தில் ♦ 69 ♦

கட்டுப்பெட்டித்தனமாக வளர்க்கப்பட்டிருந்த முத்து லட்சுமியை, நெருங்கிய உறவுக்காரர் ஒருவரின் மங்கல காரியத்தின்போது ராயப்பன் கண்டார். பேதைபோலச் சகல வேலைகளையும் அவள் அங்கு செய்துகொண்டிருந்தாள். பொன்னு ஆசாரி செய்துதந்த மாங்கல்யத்தை அவளுக்குக் கட்டியபோது அவருக்கு வயது இருபத்தி நாலு. அவளுக்குப் பதினேழு. மணமாகி ஒரு வாரத்திலேயே அவள் அவ்வளவு பேதையல்ல என்பதை உணர்ந்துகொண்டார்.

ஒரு வாரத்திற்கு முன்பே வந்து சேர்ந்திருந்த இரண்டு மகள்களும் அவ்வப்போது வந்து பார்த்துச் செல்லும் மகன்களும் மருமகள்களும் பேரன் பேத்திகளும் அவரது மூச்சின் ஏற்ற இறக்கத்தை ஒருவருக்குத் தெரியாமல் மற்றொருவர் கவனித்தபடியிருந்தனர். அந்த வீட்டின் கலங்கலான குரல்களுக்கு நடுவே அவரது நினைவு மெதுவாகச் சரிந்துகொண்டிருந்தது.

நேற்று அவரது இரண்டாவது மகள் ருக்மணி மூடி இறுகிக் கிடந்த வாயினிடையில் சிறு தேக்கரண்டியை விட்டு மெதுவாக அசைத்தாள். தாடையும் கன்ன எலும்புகளும் நெகிழ்ந்துகொடுத்தன. அவரது ரத்த சொந்தங்கள் வரிசையாக நின்று சிறு அளவில் திறந்திருந்த வாயில் பால் ஊற்றினார்கள். அதில் சிந்திய துளிகள் அவரது கழுத்தையும். காதுப்புறத்தையும் சென்று தொட்டன.

அப்போது ருக்மணி பக்குவம் மிக்க செவிலி போலவும் மெய்யான அன்பு கொண்டவளாகவும் நடந்து கொண்டாள். ஆனால் வந்ததிலிருந்து சொத்தில் தனது பங்கு பற்றியும் அம்மா விட்டுச்சென்ற நகைகளில் எதைத் தெரிவுசெய்வது என்பது குறித்தும் அவளது மனம் கணக்கிட்டுக்கொண்டிருந்தது. அவளது நச்சுப் புத்தி பற்றி அவரது கடைசி மகளான மகேஸ்வரிக்குத் துல்லியமாகத் தெரியும். அவரது வாரிசுகளிலேயே ஒப்பீட்டளவில் ருக்மணிதான் வசதிகொண்டவளாக இருந்தாள். அவற்றில் இங்கிருந்து சுரண்டிச் சென்றதுதான் அதிகமும். வாசலில் பேச்சுக் குரல்கள் கேட்டதும் பக்கத்தில் நின்று, சேலைத் தலைப்பால் வாயைப் பொத்தியபடியே தேம்பினாள். அவரது உடம்பைத் துடைத்துவிட்டாள். அவர் மீது வந்தமர்ந்த ஈக்களை விசிறியவாறே இருந்தாள். அப்பாவைப் பற்றி அவர்களோடு அவள்தான் நீட்டி நீட்டி அளந்தாள். அவர்கள் சென்றதும் அவரின் நிலையறியாது அவர்கள் வாங்கி வந்திருந்த பழங்களில் பெரும் பாதியைத் தனக்கும் தன் குழந்தைகளுக்கும் எடுத்துத்தந்தாள்.

பள்ளிவாசல் பாங்குச் சத்தம் கேட்டதும் மகேஸ்வரி படுத்திருந்தபடியே சன்னமாக விசும்பினாள். அப்பா நடக்கக் கிளம்பும் நேரமிது. லௌகீக உலகின் ஆகிருதியாக ஊரே மெச்சும்படி அவரது வளர்ச்சி இருந்தது. அக்காலங்களில் பொதுநிகழ்வுகளில் அவர் பங்கேற்று மேடையைப் பகிர்ந்து கொள்ளும்போது அவரது பின்னணியை அறிந்திருந்த பழைய செல்வந்தர்கள் உதாசீனமிக்க பார்வையாலும் இளக்காரமான புன்முறுவலாலும் அவரை ஒதுக்கிவைத்தனர். அதே ஊரில் சொந்தமாக நகைக்கடையைத் தொடங்கி வேகமாகத் தாவி உச்சத்தை அடைந்ததும் அதே நபர்கள் செயற்கையாக ஒட்டப் பட்ட சிரிப்போடு எவ்விதக் கூச்சமுமின்றி வந்து அவரோடு கைகுலுக்கிக்கொண்டனர்.

ராயப்பன் பிறப்பதற்கு முன்பே அவனது வீடு ஏழ்மையின் கொடுமைகளை அனுபவித்துக்கொண்டிருந்தது. தகரப் பெட்டி போன்ற அவனது வீட்டிற்குக் கதவு என்ற ஒன்றில்லை. மறைப்பு மட்டுமேயிருந்தது. மழைக்காலங்களில் வீட்டினுள் பாத்திரங்களை நகர்த்துவதும் நிரம்பியவற்றைக் கொட்டிவிட்டு மீண்டும் அவற்றைப் பழைய இடங்களில் வைப்பதுமாகவே நேரங்கழியும். அதற்குள் தரைமுழுக்க ஈரம் பரவிவிடும். வீட்டுக் கூரையின் பொத்தல்களைவிட பாத்திரங்களின் எண்ணிக்கை குறைவாக இருந்தது.

அது இரவாக இருக்கும் பட்சத்தில் அம்மா, பழைய சேலைகளை ஒன்றின் மேலொன்றாகக் கீழே விரித்துத் தூங்கச் செய்வாள். இடிச் சத்தத்தில் போதையிலிருந்து எழுந்து மழையின் மீதும் அம்மாவின் மீதும் வசவுகளைக் கொட்டிவிட்டு, தலைமாட்டிலிருக்கும் சாம்பல் நிரம்பிய தேங்காய்ச் சிரட்டை யில் கோழையைத் துப்பிவிட்டு எச்சிலைத் தலையணையில் தேய்த்தவாறு ஏதேனும் உளறியபடியே இருப்பார் அப்பா. ஊரில் மந்தமாக விற்பனையாகும் ஓட்டலொன்றில் அவர் சர்வராக இருந்தார். ஆணிக்கால் கொண்ட அவருக்கு வேறு வேலைகள் ஏதும் வாய்க்கவில்லை. அங்கிருந்து மீந்து போனதைக் கட்டிக்கொண்டுவந்து தருவார். அந்தப் பட்சணங்களின் வாடையே குமட்டிக்கொண்டுவரும். அப்பாவின் அடிக்குப் பயந்து கண்ணை மூடி மென்று விழுங்கி நீரைக் குடித்துப் படுத்ததும் வயிற்றிலிருந்து எழும் பல்வேறு சத்தங்களை மறக்க முயன்றபடியே உறங்கிப்போவான். கிணற்றிலிருந்தும் குழாயடியி லிருந்தும் நீர் கொண்டுசென்று வீடுகளுக்கு ஊற்றுவது அம்மா வின் அன்றாட வேலை. பசியால், சுருண்டு படுக்கும் தன் மகனை நினைத்தவாறே குடங்களோடு ஊரைச் சுற்றிவந்தாள். அந்த ஊரிலிருக்கும் ஆறேழு தெருக்களில் உள்ள எல்லா

வீடுகளுக்குள்ளும் அவனது அம்மாவின் ஈரக் கால்கள் தயக்க மின்றிப் புகுந்து வெளிவரும். அவர்கள் தரும் சொற்பக் காசு களின் கனவில் குதிகால்களின் வலியை மறக்க முயல்வாள்.

நான்காம் வகுப்பிலிருந்து ராயப்பனை திருப்பிக் கொண்டு வந்து பொன்னு ஆசாரியின் வீட்டில் வேலைக்குச் சேர்த்தாள் அம்மா. அவர் கண்களை மூளையின் வழியிலும் கைகளை மனத்தின் பாதையிலும் சஞ்சரிக்கவிட்டு நகைகள் செய்வார். செய்நேர்த்திமிக்க நுணுக்கமான கல்வேலைப்பாடுகள் கொண்ட நகைகளால் ராயப்பனின் கீர்த்தி விரிந்து பரவப் பொன்னு ஆசாரியிடமிருந்து கற்றவையே காரணம் எனத் தன் நகைக் கடைத் திறப்பின்போது அவரது காலில் விழுந்து பலர் முன் னிலையிலும் கூறினார். அவனுக்குக் கீழே சிதறாமல் உமியைக் குவித்து அடுக்கிவைக்கவே ஒருமாத காலம் ஆயிற்று. குழலால், அவன் வயிற்றை எக்கி எக்கிக் கண்கள் சிவக்க நெருப்புக்காக ஊதிக்கொண்டிருந்ததைத் தண்ணீர் ஊற்ற வரும் அவன் அம்மா கண்கள் பூரிக்கப் பார்த்து நிற்பாள். ஆசாரி வெளியூர் போய்வருகையில் அவரது பைகளிலிருந்து வினோதமான மணம் வரும். “மீனாட்சி” என்றபடியே உள்ளறைக்குப் போவார். உடனே அவள் வெளிவந்து காய்கறி வாங்க அனுப்பி வைப்பாள். திரும்பி வந்ததும் வாசல் படிகளுக்குக் கீழே மொடமொடப் பான எண்ணெய் தோய்ந்த காகிதங்கள் கசக்கி எறியப்பட் டிருக்கும். அதை எடுத்துக் கண்கள் மூடி முகர்ந்து பார்ப்பான். வயிறு ஒருமுறை சுருங்கி விரியும். அவரது குழந்தைகளின் வாயோரங்களில் துடைக்கப்படாமல் தின்பண்டங்களின் துணுக்குகள் ஒட்டிக்கொண்டிருக்கும். ஞாயிற்றுக்கிழமை மதியத்திற்காக முன்னிரவிலிருந்தே நாவில் நீர்வடியக் காத் திருப்பான். ஆட்டுக் கறியின் மணத்தை, அவன் தட்டில் விழும் துண்டுக் கறியை நினைத்தபடியே – வறண்ட உதடுகளை ஈரப்படுத்திக்கொண்டு வெற்று நாவை ருசித்துக்கிடப்பான். குழம்பு ஊற்றப்பட்டவுடன் கைகளால் வேகமாகக் கிளறி எடுக்கையில் அது தக்காளியாக இருக்கும். யாரு மறியாமல் புறங்கையால் கண்ணீரைத் துடைத்து சோற்றில் குழம்புச் சாற்றைக் குழைத்து அள்ளி அள்ளித் தின்பான்.

“ஏம்மா தாத்தா தூங்கித்தே இக்குது?” மகேஸ்வரியின் மகள் அவரருகே சென்று கட்டிலைப் பற்றிக் குதிகாலால் உந்தி அவர் முகத்தைப் பார்த்து இன்னும் மாறாத மழலையில் கேட்டாள்.

“லதா... வாய மூடிட்டு இங்க வாடி, பெரிய மனுஷின்னு நெனெப்பா.” குழந்தை அப்படியே நின்று மேலும் உற்றுப் பார்த்தபடியிருந்தது.

அவள் குரலை மாற்றி "பாப்பா... அங்கெல்லாம் போக் கூடாது. அம்மாட்ட வாடீ குஞ்சு" என்றாள்.

ஒரு கணம் அவள் மனம் காலத்தை அறுத்து மனோ கரனிடம் சென்றது. அவன்தான் வினோதமும் அற்புதமும் கொண்ட செல்லப் பெயர்களால் மகளை அழைப்பான். "அம்புலிக்குட்டி" என்றபடியேதான் அவன் தொட்டிலிலிருந்து அவளை அள்ளி எடுப்பான். அவன் குரல் கேட்டதும் தொட்டி லில் கிடந்தபடியே கால்களை உதைக்கும்; இடது கையை வேகமாகத் தன்மேல் அடித்துக்கொள்ளும்; அவன் தொடை மீது ஏறிநின்று வீட்டுக் கூரையைத் தொட முன்னுவதுபோலத் துள்ளும். "சின்ன மகேஸ் எங்க?" என்பான். சிரித்தபடியே "ங்கூவ்... ங்கூவ்" என வாயிலிருந்து வழியும் அமிர்தத்தோடு அவன்மேல் விழும். கண்களின் ஈரத்தைத் துடைத்துக் கொண்டே குழந்தையிடம் சென்றாள்.

வரமாட்டேன் என்பதுபோலத் தலையசைத்தது. "அவங் கப்பனோட புடிவாதம்" என்று முனகியவாறு இழுத்தாள். அவளது இழுப்புக்கு ஈடுகொடுத்து வீறிட்டு அழுதது. கட்டிலைக் கைவிரல்கள் பற்றிக்கொண்டிருந்தன. அதன் உடம்பு கோபத் தில் நடுங்கியது.

"அது ஒண்ணுதான் இந்த வூட்ல ஆத்தாளும் மவளும் மிச்சம் வைச்சுருக்கறீங்க. அதையும் முழுங்கீருங்க" என்றபடி ஆரஞ்சுச் சுளையை வாயினுள் திணித்துக் கொண்டாள் ருக்மணி.

சேலையில் தீப்பிடித்துக்கொண்டதுபோல மகேஸ்வரி பதறி எழுந்தாள்.

"இருக்கெற எடந்தெரியாம உறிஞ்சறதுக்கு நானொன்னும் உன்ன மாரி மூட்டைப் பூச்சி இல்ல" என்றாள்.

எவ்விதத் தொய்வுமின்றி அந்த அடி சரியான இடத்தில் விழுந்தது. பல லட்சங்களில் ருக்மணி கட்டிய வீடு இங்கிருந்து பிடுங்கியதில் கட்டியதுதான் என்பதையும், அவ்வப்போது நகைகளும் செய்து எடுத்துச் செல்வதையும் மகேஸ்வரி மட்டுமே அறிவாள். ருக்மணி, ஆனந்தனின் மாமனாரிடமும் கணிச மாகப் பணம் பெற்றிருந்தாள். மகேஸ்வரி எழவே முடியாது போவதுபோல ருக்மணி வசவொன்றைத் தேடினாள். வெளியே செருப்புகள் கழற்றிவிடப்படும் சத்தம் கேட்டதும் ஆவேசம் தணிந்து பற்களை நறநறவெனக் கடித்துக்கொண்டாள். "ஓடுகாலி முண்ட" என்று வாயினுள் கூறியபடியே "வாங்கண்ணா" என வந்தவர்களுக்கு நாற்காலிகளை இழுத்துக் கட்டிலருகே போட்டாள்.

ராயப்பனுக்குப் போதை வஸ்துகள் எவற்றிலுமே பழக்க மிருந்ததில்லை. அனைத்திற்கும் ஈடாக அவர் பெண்களின் மேல் மையல் கொண்டவராயிருந்தார். அவரது வலக்கையாக இருந்த கனகுவைத் தவிர வேறு எந்த நபருக்கும் இந்த ரகசியங்கள் போய்ச் சேராமல் பார்த்துக்கொண்டார். நான்கு குழந்தை களுக்குப் பின் ஆபரேஷனாலும் மருந்துகளாலும் உட்கார்ந்தால் எழவே சுவரின் உதவி தேவைப்படும் அளவிற்கு முத்துலட்சுமி யின் உடல் ஊதிப்போயிருந்தது. அவரைப் பற்றி வெளியே கேள்விப்பட்ட எதையும் அவள் நம்பத்தலைப்படவில்லை. தென்னந்தோப்போடு கூடிய வீட்டிலேயே அவர் அந்தக் கூத்துகளை வைத்துக்கொள்வார். கச்சிதமான உடற்கட்டு கொண்ட பெண்களைவிடச் சதை அதிகம் இல்லாத ஒல்லிப் பெண்களையே அவருக்குப் பிடிக்கும். "ஒத்த நாடியத் தொட்டாப் போதும்டா கனகு... பிணையல் போட்டுடுவாளுகோ. பின்ன அவளுகளா வுட்டாத்தான்டா ஆச்சு" என்பார். புணர்ச்சியில் அவரை ஆளும் பெண்களையே மீண்டும் மீண்டும் அவர் கூட விழைவார். பணம் கொண்டிருந்தால் சகலமும் தன்னை நோக்கி விழும் என நம்பியிருந்தார். ராதாவிடம் அது பலிக்கவே யில்லை. எவ்வளவு முயன்றும் அவளை மசியவைக்க முடிய வில்லை. உடம்பின் வெப்பத்தைக் குளிர்வந்து கவ்விய பலகீன மான குளிர்கால இரவொன்றில் ராதாவை அவர் முகர்ந்து ஆட்கொண்டார். பின் எப்போதும் அவரை அவளால் விலக்கிட முடிந்ததேயில்லை. பெண்களை மயக்குவதில் ராயப்பனைக் கில்லாடி எனக் கூற முடியாது. அவர் தொட்டு, விட்டுச் சென்ற பல பெண்களிடம் கனகுவிற்குக் கடைசிவரை தொடர் பிருந்தது. கனகு வாய்ப்பேச்சில் சூரன். பிறர் உடல் மொழியை, பாவனையைக் குரலின் அதே ஏற்ற இறக்கத்தோடு செய்து காட்டுவான். பெண்களிடம் அவனால் அப்படித்தான் நுழைய முடிந்தது.

ராதா சூல்கொண்டபோது அதனைக் கலைக்க ராயப்பன் கொண்ட முயற்சிகள் பலவற்றையும் அவருக்குத் தெரியாமல் கனகுதான் முறியடித்தான். கனகுக்கு அவள் தூரத்து உறவு முறை. வாய் நிறைய "மாமா" என்றே அழைப்பாள். தாழிடப் பட்ட அறையில் ஒரு நாள் ராயப்பன் தன் வாழ்வில் முதன் முறையாக ஒரு பெண்ணின் காலில் விழுந்து கெஞ்சினார். கண்ணீரோடு அவள் அதை நிராகரித்தபோது மிரட்ட ஆரம் பித்தார். கனகு மூலம் ராதா தன் அண்ணனுக்குச் சேதி அனுப்பினாள்.

❍

வாடகைப் பணத்தைப் பீரோவின் உள்ளே வைத்துப் பூட்டிச் சாவியை சக்தி தன்னுடனேயே வைத்துக் கொண்டான். அவரது மூத்த மகனான சக்திவேல்தான் சகலக் கணக்குகளை யும் அசையாச் சொத்துகளையும் ஒரு பட்டுத்துணியைப் போல அவ்வளவு கவனத்துடன் கையில் வைத்திருந்தான். இப்போது அது கால்வாசியாகக் குறைந்தபின் அவன் முகத்தில் கடுகடுப்பும் ஒருவித எரிச்சலும் வந்து ஒட்டிக்கொண் டன. அவனது தோற்றம் பஞ்சத்திலிருந்து மீண்டவனைப் போல இருக்கும். அப்பாவிடம் இல்லாத கருமித்தனம் அவ னிடம் பிறர் காறித் துப்புமளவிற்கு இருந்தது.

"நோட்டா இருந்தான்னா... சிலுவானமா இருந்தான்னா... பணங்கறது லட்சுமி. அவளப் போக உட்டுட்டம்னா அப்பறந் தொறத்தணும். மறுபடியும் புடிச்சிட்டம்னா தேவல. முடிய லீன்னா? அதுக்குள்ள நம்மளவிட ஒஸ்தியா ஒருத்தங் கிடைச் சான்னா அவங் கைக்குள்ளாற போயிருவா! ஏஞ் செலவு செய்வானே, இந்தத் தும்பத்துக்கெல்லாம் ஆளாவான்னேன்?"

"உடாமா எப்புடிப் புடிப்ப?"

"அடக் கூறுகெட்டவனே... அதுனாலதான்டா நீ எங்கிட்ட வாடகைக்கிருக்கற. ஒன்ன வுட்டா அது ரெண்டாத் திரும்பி நம்மகிட்டயே வரணும்டா சுப்பா. பத்துவூட்டக் கட்டி வாடகைக்கு வுடறதுன்னா சும்மாவா?"

"என்னருந்தாலும் உங்கப்பா சொத்துதானே, உந்தம்பிக்கும் சமதையாக் கொடுக்கோனும்லா?"

"அந்தக் குடிகார நாயோட நாயத்தை எங்கிட்ட எடுக்காத" என்றவாறே முகத்தைத் துடைத்துக் கொண்டான்.

"அவிநாசியப்பனுக்கு எல்லாம் தெரியும். பாத்துட்டேதானே இருக்கான். கணக்குச் சரியாப் போச்சு. நீ ஆக்கற, அவன் அழிக்கறான்."

சக்தியின் முகம் வெளிறிற்று. அடுத்த வார்த்தை கிடைக் காமல் மனம் அல்லாடியது.

"மூட்றா நீயி, வாடக குடுக்க வக்கில்ல கூடப் படிச்சவன்னு வூட்டவுட்டா நீ ஏம் பேசமாட்டே?"

"ஆமா இத்துனூன்டு வூட்டுக்கு எட்நூறுரூவா வாடக வச்சா எப்படிக் குடுக்கறது? இருக்கற பொழப்புத் தனத்துக்கு."

"மறுபேச்சு பேசக் கூடாது. அடுத்த நடைக்குப் பணம் வர்லீன்னா சட்டிபானையெல்லாம் ரோட்டுக்குப் போயிரும் ஆமா."

அடுத்துப் பேசுவதற்குள் சுப்புவின் மனைவி வசந்தா வெளியே வந்தாள். சக்தியின் கண்கள் அவள் உடலைத் தொட்டு நின்றன. ஆடையைச் சரிப்படுத்திக்கொள்ளாமல் சக்தியை இளநகையோடு பார்த்தபடியே "உள்ள வா மாமா" எனச் சுப்புவை அழைத்துச் சென்றாள். அவளது பழைய ஜாடைப் பேச்சுகள் நினைவுக்கு வந்தன. டிவிஎஸ் மொப் பெட்டைக் கிளப்பி அங்கிருந்து சென்றான்.

சக்தியின் மனம் ஆனந்தனைச் சுற்றிவந்தது. திட்டித் தீர்த்தாகிவிட்டது. அடித்தும் பார்த்தாகிவிட்டது. சோறு போடாமலும் இருந்தாகிவிட்டது. அவன் மனைவி அவனைச் சற்றுத் தள்ளியே வைத்திருக்கிறாள். எதற்கும் அவன் மசிய வில்லை. காசு கொடுக்காமல் அலைக்கழித்தபோது, ஊர் முழுக்க அப்பாவின் பேரைச் சொல்லிப் பணம் வாங்கிக் குடிக்க ஆரம்பித்தான். ஒருமுறை அப்பா கூப்பிட்டு, "அவங் கேக்கறதக் குடுத்துத் தொலை, வெளியில தலைகாட்ட முடியல்ல. எவனெவனோ நல்லாயிருக்கீங்களான்னு கேட்டுக்கிட்டே பக்கத்துல வந்து நேத்து உங்க சின்னப் பையன் பணம் வாங் கீட்டுப் போனான்னு இழுக்கறானுங்க . . . சம்பாரிச்ச பேரெல் லாம் காத்துல போயிரும்போல இருக்குடா . . . அவனுக்குக் கொடுத்துத் தொலைடா" என்றார். போதையின்றி ஆனந்தனை நினைப்பது சிரமமாக இருந்தது. அவனுக்கு இரட்டை ஆண் குழந்தைகள் பிறந்த சேதி கேட்டு மிகத் துலக்கமும் தெளிவும் கொண்ட நெற்றியைத் திருநீறு மறைத்திருக்க, கண்ட முகங் களுக்கெல்லாம் ஓடி ஓடிக் கல்கண்டு கொடுத்தான். அதே இரவில் அமளியும் எச்சில் தெறித்த சிரிப்புமாக மாறிப்போனான். ஏற்கனவே இரண்டு வீட்டு வாடகையை அவன் வாங்கிப் போயிருந்தான். மனம் அப்படியே நின்று தன்னை நோக்கித் திரும்பிற்று. ஒரே மகள் அப்படியென்றால் இந்தச் சொத்து களும் சேமிப்புகளும் முகம் தெரியாதவனுக்காகவா? முதுகுக்குப் பின்னாலிருந்து இதே பல்லவியை வசூலின்போது பலரும் முணுமுணுப்பதைக் கேட்டிருக்கிறான். ஆனந்தன் எவ்வளவு ரகளை செய்திருக்கிறான். அப்படியிருந்தும் அம்மாவுக்கு ஆனந்தன்மீதுதான் ப்ரியம் அதிகம். அம்மா சாகும்வரைக்கும் அவன் கேட்கும்போதெல்லாம் பணம் தந்துகொண்டிருந்தாள். ஆனந்தனுக்கு நேர்மாறானவள் அவன் மனைவி வடிவு. எவ ரிடமும் ஒட்டாமல் விலகி, குறைவாகவே பேசுபவள். மிகச் சுத்தமான ஆடையுடன் எப்போதும் நளினமாக இருந்துகொண் டிருப்பாள். "கர்வம் புடிச்சவோ" என்பாள் அம்மா. "பொறக் கீலயே சொத்துப்பத்தோட பொறந்தவளாச்சே பின்ன இருக் காதா?" என வக்காலத்து வாங்குவாள் ருக்மணி அக்கா.

அப்பாவைப் பார்த்தான். வாய்க்குள்ளிருந்து குறட்டை வருவதுபோலச் சப்தம் வந்துகொண்டிருந்தது.

○

சிரிப்பில்தான் ஆரம்பித்திருக்க வேண்டும் என இரவில் படுத்தபடியே யோசித்தபோது மகேஸ்வரிக்கு உறுதியாயிற்று. எவ்வளவு ஆண்கள் தினமும் பார்வையில் படுகிறார்கள், நகர்கிறார்கள், மறைந்தும் போகிறார்கள். ஏன் மனோகரனைச் சுற்றியே மனம் வலைபின்னுகிறது? அவனை ஒரு வார காலம் காணாமலிருந்த சமயம் அது. அவள் மட்டும் தனித்திருந்த பேருந்தினுள் புன்னகைத்தபடியே நெருங்கிவந்து டிக்கெட் கொடுக்கும் மனோகரனைக் கனவில் கண்டாள். பெரும் மக்கள் பிரவாகத்தினிடையே நகர்ந்துகொண்டிருந்தவனை மறைந்து நின்று அவன் சட்டையைப் பற்றி இழுப்பதுபோல அக்கனவு அடுத்த நாளில் பரிணாமம் கொண்டது. அவன் நினைவு அவளுக்குள் நடுக்கத்தையும் பரவசத்தையும் ஒரு சேரத் தந்துகொண்டிருந்தது. ஆனால் சொல்லிக் கொள்ளும் படியான அழகனல்ல அவன்.

அவளது வழக்கமான வழித்தடத்தில் அவன் நடத்துநராக இருந்தான். அனாயாசமாகப் பிறரைச் சிரிக்கவைப்பதில் வல்லவன் அவன். பேருந்தில் அவள் இருக்கும்போது, தாளம் அதிகம் இல்லாத அன்றைய மனநிலையைக் கூறும்படியான காதல் பாட்டுகளைத் தேர்ந்தெடுத்து ஒலிக்கவிடுவான்.

மகேஸ்வரி அவனை உதாசீனப்படுத்தும்படியாக ஜன்னலின் வழியே வெறித்துப் பார்த்தபடி மனத்தைப் பாடலில் லயிக்கவிட்டு அமர்ந்திருப்பாள். "இனி நானென்பது நீயல்லவோ தேவ தேவி" என்ற பாட்டு ஒலித்த அன்றுதான் அவள் பின்னாலேயே ஓடிச்சென்று அவள் நோட்டுப் புத்தகத்தைப் பிடுங்கி அதற்குள் கடிதத்தை வைத்துவிட்டு ஓடினான் மனோகரன். வேண்டுமென்றே இரண்டு நாள்கள் கண்களால் சீண்டி, கோபமான உடல் அசைவுகளைக் காட்டி அலைக் கழித்துப் பிறகு ஏற்றுக்கொண்டாள். அப்போதும் அவள் வெறுத்து வந்த அப்பாவைப் பற்றிய அச்சம் கொண் டிருக்கவில்லை. அம்மாவின் நினைவுதான் படுத்திக்கொண் டிருந்தது. மூன்றாம் ஆண்டு முடிந்ததும் நண்பர்கள் புடைசூழ முருகன் கோவிலில் மாலை மாற்றி மணம் முடித்துக் கொண்டாள்.

அரசல்புரசலாக அப்பா ஏற்கனவே கேள்விப்பட்டிருந்தார். அவளுக்கென வைத்திருந்த நகைகளையோ பணத்தையோ அவள் எடுத்துச் சென்றிருக்கவில்லை. மனோகரனும் அதை

விரும்பவில்லை. மகேஸ்வரியைத் தேடிப் பல ஊர்களிலும் கார்கள் அலையும் செய்தி அவளுக்கு எட்டியது. கோவிலில் வைத்து, ஓயாது அழுதபடி இருந்த அம்மாவிடம் அவள் மனம்விட்டுப் பேசினாள். அப்பா அவளைத் தலைமுழுகிய செய்தியைச் சுப்பு வந்துசொன்னான். அவளது தாம்பத்தி யத்தின் மொக்குகள் மலர்ந்து பூத்துக்கொண்டிருந்த வசந்த காலம் அது. மகிழ்ச்சியின் நுரை ஏறிவந்து மனத்தை நிறைத்தபடி இருந்த நாள்கள் அவை.

மகேஸ்வரி எவ்வளவு கூறியும் கேட்காமல் ஐந்தாவது முறையாக மனோகரன் இருமுடி கட்டி மலைக்குச் செல்ல ஆயத்தமாகக் கோவிலுக்கு வெளியில் வந்துநின்றான். கூட் டத்தின் கசகசப்பில் வீறிட்டு அழுத கைக்குழந்தையை வாங்கி முத்தம் தந்து வேனுக்குள் ஏறிக்கொண்டான். பதைபதைப்பான கண்களுடன் நின்றிருந்த மனைவியைப் பார்த்துக் கைகூப்பி "சாமி சரணம்" என்றான்.

அம்மாவுக்குக் குழந்தைகளைப் படிக்கவைத்து அதிகாரி களாக மாற்றிப் பார்க்கும் கனவு இருந்தது. அப்போது ராயப்பன் வெற்றியின் அடுத்தடுத்த படிக் கட்டுகளைத் தாண்டிக்கொண் டிருந்தார். சகல வசதிகளோடும் வளர்ந்துவந்த குழந்தைகளுக்குப் பள்ளியின் கண்டிப்பும் கண்காணிப்பும் ஒருவித விலக்கத்தை யும் வெறுப்பையுமே அளித்தன. பள்ளியிலிருந்த கணங்கள் கசப்பேறியவையாக இருந்ததால் அவர்களின் தலையில் எதுவும் ஏறவில்லை. நின்றுகேட்க நேரமின்றி, இருப்பதை இரட்டிப் பாக்க அப்பா ஓடிக்கொண்டிருந்தார். அம்மாவின் பேச்சுக்கு அவர் எப்போதுமே அவளை அவமானப்படுத்தும் வார்த்தை களிலேயே பதில் சொல்வார். அம்மாவின் நியாயமான குறுக் கீட்டைக்கூட அவர் பொருட்படுத்துவதில்லை.

"எந்தக் கொழம்பு வைக்கறதுன்னு கேட்கறதோட உன்னோட யோசனைய நிறுத்திக்க" என்பார்.

மகேஸ்வரிக்கு மெச்சும்படியான படிப்பாற்றல் இருந்தது. அப்பாவின் போலியான மிடுக்கையும் டாம்பீகத்தையும் அவளால் சகித்துக்கொள்ளவே முடியவில்லை. அப்பாவுட னான அவள் உறவு வெறித்த பார்வைகளினாலேயே முடிந்து விடக்கூடியது. கந்து வட்டிக்குள்ளும் அவர் இறங்கினபோது, அவர் மீதிருந்த மிச்சமான மரியாதையையும் துடைத்தெறிந் தாள். கடைச் சாவியோடு மஞ்சள் பையில் பணம் கொண்டு திரும்பி உள்ளறையில் வைத்துப் பூட்டிச் சாவியைத் தலை யணைக்கடியில் வைத்த பின்பே கண் அயர்வார். மகேஸ்வரியை வைத்து அப்பாவின் பயமும் கோபமும் வசவுகளாக மாறிக் கொண்டிருந்தன.

“பொட்டச்சிக படிச்சா வூட்டுக்கு அடங்க மாட்டாளுக. அப்புறம் குடும்பம் நடுத்தெருவுக்கு வந்துரும்” எனப் பொரிந்து தள்ளியபடியிருந்தார். அம்மாவின் விடாப்பிடியான பிடிவாதம் தான் மகேஸ்வரியைக் கல்லூரிவரை கொண்டுபோயிற்று.

❍

சக்தி தனக்கு மட்டுமே என நம்பியிருந்த வீடு விலைக்கு விற்கவேண்டிய நிர்ப்பந்தம் வந்தபோது, தன் கௌரவத்தை எண்ணியபடியே அப்பா நீட்டிய காகிதங்களிலெல்லாம் கையெழுத்துப்போட்டார். அந்தத் தோல்வியை அவரால் தாங்கிக்கொள்ளவே முடியவில்லை. நிரந்தரமாக அவரது முகத்தில் இருள் நிலைக்க ஆரம்பித்தது. ஒன்பது அறைகள் கொண்ட பல நிறத்தினாலான பளிங்குக் கற்களால் கட்டப் பட்ட, சுற்றிலும் தென்னந்தோப்புகள் சூழ இருந்த வீடு அவருக்கிருந்தது. கண்ணேறு கழிக்க இருபத்தியேழு கெடாய் களை வெட்டி ஊர் முழுக்க விருந்துவைத்தார். அது இன்றும் பல்வேறு மிகைப்படுத்தல்களுடன் ஊரைச் சுற்றிவந்துகொண் டிருந்தது. அவர் முத்துலட்சுமியுடன் ஐந்தாறு வருடங்கள் ஒண்டுக் குடித்தனத்தில் வசித்து முதலிரண்டு குழந்தைகளைப் பெற்றபின் துளசிமாடம் கொண்ட அய்யாசாமியின் வீட்டை வாங்கிக் குடியேறினார். அதற்குப் பல வருடங்களுக்குப் பிறகு இந்தப் புதிய வீடு விலைக்கு வரும் செய்தி அவருக்கு எட்டியது. தாமதிக்காமல் வீட்டை வாங்கிப் பல லட்சங்களை இறைத்து மராமத்து வேலைகள் செய்து, புனரமைத்து ஊரையே திரும்பிப் பார்க்கவைத்தார். எதிலும் நிதானம் கொண்டவரான அப்பா, தனது பழைய நண்பரான பனியன் கம்பெனி அதிபருக்கு வங்கிக் கடனுக்கு ஜாமீன் கையெழுத்திட்டார். அதற்குக் கமிஷனாக ஒரு தொகையை கறாராகப் பெற்றுக்கொண்டது பின்னாளில் தெரியவந்தது.

தாமதமாகத் தயாரானதாலும் அவற்றில் மிகப் பெரும் பகுதி தரக்குறைவு என்னும் காரணத்தைக் காட்டி நிராகரிக்கப் பட்டதாலும் சரக்குகள் தேங்கிநின்றன. கழுத்தை நெரிக்கும் அளவு நெருக்கடிக்குள்ளான முதலாளி இரண்டே நாளில் தலைமறைவானார். வங்கி அனுப்பிய நோட்டீஸ்கள் பெற்றுக் கொள்ள ஆளின்றித் திரும்பி வந்தன. எல்லா பீஸ்களையும் நான்கில் ஒரு பங்கு விலைக்கு விற்றும் கடனில் கால்வீதமே குறைந்தது. வேறெந்த வழியும் இல்லாதபோது அந்தத் தென்னந் தோப்போடு கூடிய பங்களாவும் நகைக் கடையும் ஏலத்துக்கு வந்தன.

தம்ளர் கீழே விழும் ஒலியில் சக்தியின் நினைவு கலைந்தது. மீண்டும் அதை எடுத்து மகேஸ்வரியின் குழந்தை வாயின்

மேல் வைத்து மூச்சை உள்ளே இழுத்தது. இப்போது தம்ளருக்குள் குழந்தையின் வாய் இருக்க, தம்ளர் அப்படியே அந்தரத்தில் நின்றது. சில வினாடிகளில் கீழே விழுந்து உருண்டோடியது. திரும்பவும் அதைத் தொட நீண்ட லதாவின் கையை மகேஸ்வரி 'பட்'டென்று தட்டி இழுத்து மடியில் போட்டுக்கொண்டாள். சக்தி அவளைப் பார்த்துச் சிரிக்க முயன்றான். மகேஸ்வரியின் முகம் இறுக்கமடைந்து அப்பாவைப் பார்க்கத் திரும்பிக்கொண்டது. அவன் ஒரு சேர வெறுப்பும் எச்சரிக்கையும் கொண்டவனாக அவளுக்குத் தன்னைக் காட்டிக்கொண்டான்.

மகேஸ்வரியின் பெயருக்குத் துளசிமாடம் கொண்ட இந்த வீடு மாற்றப்பட்டபோது உண்டான வெறுப்பு அது. கடனிலிருந்து மீளவே முடியாமலிருந்த அய்யாசாமி அது தன் குடும்பத்தையே அழித்துவிடும் என்ற நிலை வந்தபோது, அந்தக் குடும்பமே கண்ணீர்விட்டுக் கதற வீட்டை விற்றுவிட்டு வெகுதொலைவு சென்றார். அவர்கள் வளர்த்துவந்த நாய் எந்த ஆகாரமும் உண்ண மறுத்து அடுத்த ஒரு மாதத்தில் இறந்துபோயிற்று. இந்த வீட்டிற்குக் குடியேறி மேலும் மூன்று குழந்தைகள் பிறந்த பிறகு இருந்தபடியே தனதிடத்திற்குப் பணத்தை வரவழைக்கும் சாமர்த்தியத்தை எச்சரிக்கையுணர்வோடு செயல்படுத்தத் தொடங்கினார். செல்வங்கள் அப்பாவை நோக்கித் தயக்கமின்றி ஓடிவந்துகொண்டிருந்த காலம். ஆனந்தனைச் சுகப் பிரசவத்தில் பெற்றெடுத்திருப்பினும் அம்மாவின் பலம் பாதியாகக் குறைந்துபோயிருந்தது. கூடவே கர்ப்பத்தடை ஆபரேஷனும் செய்துகொண்டாள். உடம்பு பலவீனமும் வலியுமாக ஆகியது. அம்மாவின் சித்தி பெண் ராதாவுக்கு ஆறு மாதத்திற்கு முன்புதான் சேவூருக்கு மாற்றலாகியிருந்தது. அன்னூரிலிருந்து தினமும் வந்து போய்க்கொண்டிருந்தாள். அவளது ரேஷன் கடை வேலைதான் அந்தக் குடும்பத்திற்கே அச்சாணியாக இருந்தது. அம்மா சொன்னவுடன் மறுபேச்சில்லாமல் இங்கிருந்து வேலைக்குப் போகத் தொடங்கினாள். மூன்று மாதத்திற்குப்பின் ராதா சித்தி கருவுற்றாள். ஒருவருக்கும் காரணத்தை விளக்க வேண்டிய தேவையிருக்கவில்லை. தெருவே கூடி நிற்க ராதாவின் அண்ணன் பெரிய ரகளை கிளப்ப ஆள்களோடு வந்திருந்தான். புளித்த கள் வீச்சம் அவர்களிடமிருந்து வந்தது.

"ஏன்டா சொத்துப்பத்து இருந்து மயிரா பண்றது? மனுசனுக்கு மானம் ஈனம் வேணும்டா..." அவன் தன் நெஞ்சின் மீது ஓங்கி ஓங்கி அடித்துக்கொண்டான்.

பக்கத்திலிருந்த ஒருவர், "எதார்ந்தாலும் சித்த அமைதியா பேசு ராசு" என்றபடி அருகில் வந்தார்.

“உன்ற அக்காத் தங்கச்சிகிட்ட இந்த மாரி ஒரு புழுத்தி கோவணத்தை அவுத்திருந்தா நீயென்னா மூடீட்டா நிப்ப ..?”

பிறகு அந்த ஆளைக் காணோம்.

அனைத்தையும் கேட்டுக்கொண்டு இதே வீட்டின் உள் அறையில் தாழிட்டபடி எல்லோரையும் மடியில் போட்டுத் தூங்கவைத்து ஓயாமல் அம்மா விசும்பிக்கொண்டேயிருந்தாள்.

வெளியில் வந்த அப்பா தங்கராசுவைப் பிடித்து வீட்டிற்குள் இழுத்துப் போனார். “கைய எடுடா ... கைய எடுடா” எனப் பயத்துடன் கத்தியபடியே இருந்தான். ஆள்களும் உடன் வர முயன்றனர்.

“வெளிவே நில்லுங்கடா ... ஒரு பய கால உள்ள வைக்கக் கூடாது சொல்லிட்டேன்.”

அவரது கூர்மையான கண்களையும் சதை திரண்ட கைகளையும் கண்டு அவர்கள் பின்வாங்கினார்கள். அவருக்குத் தெரியாமல் தங்கராசு அறையைச் சுற்றிலும் பார்த்தான்.

“ராசு ஆனது ஆயிப் போச்சு ... ராதாவ நானே கட்டிக் கிறன்.”

“அப்ப நீயி ஊர்ல இருக்கிற பொம்பளீங்ககிட்ட யெல்லாம் இதே மாதரிப் பண்ணிட்டு ... கட்டிக்கறேன்னா சும்மா வுட்டுறுவமா? உன்னையெல்லாம் எங்க சொல்லணுமோ அங்க சொல்லி முட்டிய ஒடைக்கச் சொல்றேன்டா ...”

உள்ளுக்குள் புன்னகைத்துக்கொண்டார். போலீஸிடம் போவதென்றால் அவன் இங்கு வந்திருக்கவேமாட்டான். அவனது எதிர்பார்ப்பு அவருக்குச் சுலபமாகப் புரிந்துபோயிற்று.

“இதப் பாரு ... சும்மா காச்சுமூச்சுன்னு கத்திப் பிரயோசன மில்லை. உனக்குச் சரியா வேலை வெட்டியும் கெடைக்கிற தில்ல ... கோயில்ல கம்பஞ் சாட்டோணும் இல்லாட்டி கட்சிக்காரங்கீது மீட்டிங் போடோணும். அப்பத்தான் நீ பாக்கற எலக்ரீசன் வேலைக்கு பொழப்ப ஓட்ட முடியும். இந்தா, இதுல இருபதாயிரம் ரூவா இருக்கு. ஊர்ப்பக்கம் மளிகைக் கடை வெச்சு உருப்படற வழியப் பாரு, ராசு உனக்கும் குழந்தை குட்டி இருக்குதுல்ல?” என்றார்.

ராசுவுக்குக் கிடைத்திருப்பது தங்க முட்டை இடும் வாத்து. அவன் அதை இழக்கப்போவதில்லை. உள்ளுக்குள் மனம் எம்பிக் குதித்தது.

“அதுக்கில்லீங்க மச்சான்....”

"அன்னியத்துலயா இப்புடி ஆயிப்போச்சு? ஒரே சாதிசனம் தாண்டா, அப்பிடிக் கீது ஆயிருந்தா தலய அறுத்து உங்கைல கொடுக்கிற மொத ஆளா நாந்தான் இருந்திருப்பேன் தெரியுமா?"

பேச்சற்றுத் தலையை மட்டும் ஆட்டிவிட்டு நோட்டுக் கட்டுக்களை எடுத்துக் கொண்டு தரையில் கால் பாவாமல் நடந்துபோனான்.

நாள் செல்லச் செல்ல ராதா சித்திமேல் அம்மாவுக்கு இருந்த கசப்பு வளர்ந்து வெறுப்பாகி, அவள் தொட்ட எந்த ஒன்றையும் தொட முகம் சுளித்தாள். அப்பாவோடு பேச்சை அறுத்துக்கொண்டாள். எண்ணற்ற துக்ககரமான நாள்களுக்குப் பின் சித்தி மகேஸ்வரியைப் பெற்றெடுத்தாள். விடாமலிருந்த ரத்தப்போக்கால் சருகுபோல ஆனாள் அவள். படுக்கையிலிருந்து அவள் மீள முடியாமலேயே போய்விட்டது. குற்றவுணர்ச்சியில் அம்மா தீவிரமான மன அலைக்கழிப்பிற்கு உள்ளானாள். அதற்குப் பிராயச்சித்தம்போல் தன் சொந்தக் குழந்தைகளைக் காட்டிலும் மகேஸ்வரியின் மீது அளவற்ற பிரியமும் வாஞ்சை யும் கொண்டு தன் சிறகின் அணைப்பிலேயே எப்போதும் வைத்துக்கொண்டாள்.

ஆட்டோ சத்தம் மெதுவாக அடங்கி வீட்டுவாசலில் நின்றது. ஆளுயர டிபன் கேரியரைத் தூக்கிக்கொண்டு ஆனந்த னும் ஆள்களும் சுமக்க முடியாமல் வருவதைக் கண்டதும் சக்தியும் மகேஸ்வரியும் ஓடிப்போய் ஆளுக்கொரு கைகொடுத்து எடுத்துவந்தனர். ருக்மணி உட்கார்ந்தபடியே பார்த்துக்கொண் டிருந்தாள். எவ்விதச் சலனமுமின்றி வெறுமை நிரம்பிய கண் களால் பல வருடங்களாக இருந்துவரும் மூத்த அக்காவை ஆனந்தன் கூட்டிக்கொண்டு வந்து இலையில் உட்காரச்செய்தான். இருவரின் நிழலையும் மிதித்தபடியே பெரிய கொட்டாவியோடு மாமாவும் வந்து சேர்ந்தார். பெரிய அக்காவுக்குக் குழந்தை இல்லை. காதும் மந்தம். முழுபலத்தையும் தந்து உரத்துப் பேசினாலொழிய அவளிடம் பதில் வாங்க முடியாது. அதுவும் வாய்வழியாக மூச்சுவிட்டுக்கொண்டு சன்னமாகப் பேசுவாள். அவளுடன் பேசிப் பேசியே மாமாவின் கழுத்து நரம்புகள் புடைத்துப்போயிருக்கும். சொல்லிவைத்தாற்போலத் தன் மனைவி, மகளைக் கூட்டிக்கொண்டு வருவதைக் கண்டதும் சக்திக்கு நிம்மதி பிறந்தது. மகேஸ்வரி மட்டும் தன் அப்பாவைப் பார்த்தபடியே அமர்ந்திருந்தாள்.

இலையிலிருந்த கத்திரிக்காய்த் துவயலைக் கண்டதும் வேட்டியின் இறுக்கத்தைத் தளர்த்திவிட்டுக்கொண்டே அப்பா அதை உண்ணும் காட்சி மனத்தில் வந்தது. ரசத்தைத் தீர்த்தம் போலக் கையிலேந்திக் குடிப்பதையே விரும்புவார், குறிப்பாக

மிளகு ரசம். கடன் வசூலிக்கச் செல்கையில் அவர் நடந்து கொண்ட கடுமையும் விருந்துகளுக்கு என்றால் அவர் காட்டிய கம்பீரமும் பெரும்பாதிச் சொத்துகள் கைவிட்டுச் சென்ற அன்று ஒன்றுமேயில்லாமல் போனது. அப்போதுதான் அது அவரது இயல்பல்ல, வரவழைத்துக்கொண்டது என்பது சக்திக்குப் புரிந்தது. சகுனங்களை அவர் தனது மற்றொரு உடல் உறுப்புப் போல எண்ணினார். எதிரில் எண்ணெய் கொண்டு வருபவர்கள், விறகு வெட்டி எடுத்துவருபவர்கள், காலிக் குடங்களோடு எதிர்ப்படுபவர்களையெல்லாம் கண்டால் மீண்டும் வீட்டுக்குத் திரும்பிவிடுவார். விதவைகளைக் கண்டு விட்டால் “பாழாப்போன முண்டைக” என்றபடி வீட்டிற்குள் நுழைந்து செம்பு நீரைக் குடித்துவிட்டே கிளம்பிப் போவார்.

அந்தத் தோப்பு வீடு கைவிட்டுப் போனதற்கு மறுவாரம் மனோகரனின் மரணச் செய்தி அவர் காதுக்கு எட்டியது. அவன் பிணம் வீட்டிற்கு வந்த மறுநாள் காலை, மலைக்குச் சென்றவர்கள் திரும்ப வேண்டிய தினம். பெயர் தெரியாத கேரளக் கிராமமொன்றில் ஓடிக்கொண்டிருந்த ஆற்றில் கும்ப லாகக் குளிக்க இறங்கினார்கள். எல்லோரும் கால் மூட்டளவு தண்ணீரிலேயே முங்கி எழ, மனோகரனும் கணேசனும் நெடுந் தூரம் நீந்திச்சென்றார்கள். திரும்பும் வழியில் கைதவறி வேறு திசையில் நீரை விலக்கி முன்னேறியபோது மனோகரன் நீர்ச் சுழிக்குள் சிக்கிக்கொண்டான்.

அறையப்பட்ட ஆணிபோல வெறித்தபடி மகேஸ்வரி சுவரில் தலைசாய்த்து அலங்கோலமாக அமர்ந்திருந்தாள். வெளித் திண்ணையில் அப்பாவும் சக்தியும் அமர்ந்துகொண்ட னர். விளக்கின்றிக் கிடந்த அறைக்குள் ஆனந்தன்தான் அம்மாவை அழைத்துப்போனான். அம்மாவைக் கண்டதும் சுவர்கள் அதிர அவள் போட்ட கூச்சலும் கத்தலும் அழுகையும் அதற்கு முன் எந்தச் சமயத்திலும் அவளிடமிருந்து வந்ததில்லை. யாரும் அறியாமல் குலுங்கிக் கண்ணாடியைச் சற்றே தூக்கிக் கண்களைத் துண்டால் ஒற்றிக்கொள்ளும் அப்பாவை வேறு யாரோபோலச் சக்தி பார்த்தான். அவள் காலில் விழுந்து கட்டியழுது அம்மாதான் மகேஸ்வரியை இந்த வீட்டிற்குக் கூட்டிவந்தாள். அதற்கு ஆறு மாதங்களுக்குப் பின் அம்மாவின் நச்சரிப்பில் மகேஸ்வரியின் பேரில் வீடு மாறிற்று. மகளுக்குப் பிடித்தவராக ராயப்பன் தன்னை மாற்றிக்கொண்டார். அவரது செயல்கள் அடுத்த நாள்களுக்கான கணக்குகளிலிருந்து விலகி, எப்போதைக்குமுரிய உறவுகளின் சாளரங்களை நோக்க ஆரம்பித்தது. சக்தி அவரிடமிருந்து விலகிக்கொண்டான். “கண்ணு போனொதுந்தே சூரியனப் பத்தி நெனப்பு வந்திருக்கு இந்த மனுசனுக்கு” என்றாள் அம்மா, ஒருமுறை. வீடு மாற்றலின்

போது ருக்மணி அக்காவின் ரகளை அப்பாவை ஒன்றுமே செய்யவில்லை. அம்மா இறந்த அன்று மகேஸ்வரியின் அழுகையை ஒருவராலும் கட்டுப்படுத்த முடியவில்லை. "இப்புடி நாடகமாடி, நாடகமாடித்தான் எங்காத்தாக்காரி மனசையும் கலச்சிருப்பா" என்று ருக்மணி அக்கா வந்திருந்த உறவுக்காரர் களிடம் பொருமினாள்.

கைகழுவிக்கொண்டிருந்தபோது உள்ளேயிருந்து வந்த "அப்பா..." என்ற பெருங்குரலைக் கேட்டுச் சக்தியும் பற்றவைத்த பீடியை எறிந்துவிட்டு ஆனந்தனும் ஓடினார்கள். காரையைக் கரைத்து ஊற்றினால் உயிர்போயிடும் எனக் கேட்டுப் பின் பக்கமாக ருக்மணி சென்றிருந்தாள். அவள் கொய்யாக்களைப் பிடுங்கித் தின்றபடி மகளுக்காக நான்கைந்தை மடியில் கட்டிச் சொருகியபோது, அந்தச் சத்தம் அவளை எட்டியது. தலை வலது தோள்பக்கம் சாய்ந்திருந்தது. டாக்டர் பாலச்சந்தரைக் கூட்டிவர ஆனந்தன் வேகமாகச் சென்றான். நாடி பிடித்துப் பார்த்து "போயாச்சு" என்று விட்டு அதே காரில் ஏறிச் சென்றார் அவர். அழுகையும் ஒப்பாரியுமாக வீடு இரண்டு பட்டது.

சக்தி இரண்டாயிரம் ரூபாயை ஆனந்தனிடம் தந்து, "தேர்ப்பாடை கட்டறதுக்குப் போய்ச் சொல்லிரு. இருநூறு ரூவாய்க்குப் பொடிச் சில்லரை வாங்கிப் பொரியோட கலந் திரு... கூடவே பூவுக்கும் குழிமேட்டுக்கும் ஆளவுட்டுரு" என்று இயல்பாகக் கூறிக்கொண்டிருந்தவன், "சட்டுன்னு வா... தண்ணீகீது போட்டுட்டு வந்தராத" என்றான் குரலில் கடுமையை ஏற்றி.

ஊர் முழுக்க ஆள்களுக்குச் சொல்ல செல்லமுத்துவையும் சுப்புவையும் அனுப்பினான். உறவுகளுக்குச் சொல்ல டெலி போன் பூத்துக்கு அவனே சென்றான். அவர் உடலை மாலை களே மறைத்துவிட்டிருந்தன. அத்தெருவே அடைத்துக்கொள்ளும் படியான கூட்டம் நின்றுகொண்டிருந்தது.

"போனவாரம் இன்னேரத்திக்கெல்லாம் மனுஷன் நடமா டிட்டுத்தானே இருக்கான்? என்னன்னு சொல்றது? மண்ணுல எல்லாத்தையும் கண்டுபுடிக்கிற மனுஷனுக்கு இந்தச் சாகறதத் தடுக்கறதுக்கு ஒரு மருந்தக் கண்டுபுடிக்க முடியலையே!" வெளியே போடப்பட்டிருந்த நாற்காலியிலிருந்த கதர் வேட்டி டீயை உறிஞ்சிக்கொண்டே பேசியது.

உள்ளே ஒப்பாரி நின்றபோது, வடிவு "படுக்கைலே வுழுகற துக்கு முந்தாநாள் நைட்டு என்னக் கூப்பிட்டு ஆனந்தனுக்கு ஒன்னுந் தெரியாது, குழந்தைகள நீதான் பாத்துக்கோணுமுன்னு

சொன்னாரே...” என்று இழுத்தாள். அவரைக் கிடத்தியிருந்த இடத்திலிருந்து வெகுதூரம் தள்ளி அவள் அமர்ந்திருந்தாள்.

தெருவிலிருந்து ஒப்பாரிச் சத்தம் கேட்டதும் வீட்டினுள் அழுகை நின்று, வந்தவள் முகத்தைக் கண்டதும் மீண்டும் பெருத்த குரலோடு தொடர்ந்தது.

எல்லோரது முன்னும் ருக்மணி அக்காதான் மூக்கைச் சிந்தியபடியே இருந்தாள். ருக்மணி அழும்போது சேர்ந்து அழவும் நிறுத்தும்போது நிறுத்தவும் அவளருகாகவே சக்தியின் மனைவி அமர்ந்துகொண்டாள். சக்தியின் யோசனை இது.

“எப்பவும் தாகம்னா எங்கிட்டத்தானே தண்ணி வாங்கிக் குடிப்பாரு ... கெடைல வுழுகறதுக்கு இரண்டு நாள் முன்ன எம் மவ மலருகிட்டச் சொம்பு நொம்ப வாங்கிக் குடிச்சிட்டுத் தானே படுக்கப் போனாரு” என்றாள் சக்தியின் மனைவி.

“போயிருவோம்ன்னு தெரிஞ்சு வைச்சிருந்தயா என்ற அய்யாவே ...” என ருக்மணி அக்கா குரலை உச்சத்துக்குக் கொண்டுபோய்த் தேம்பியபடியே மெதுவாகக் கீழிறக்கினாள்.

ஆனந்தன் எட்டிப் பார்த்தான். மகேஸ்வரி அழுது மயங்கி, விசும்பியபடியே சுருண்டு படுத்திருந்தாள். உள் அறையில் லதா தூங்கிக்கொண்டிருந்தாள்.

“மால நேரம் ஆயிட்டு வருது ... டக்குன்னு எடுக்குற வழியப் பாருடா சக்தி” என்றவாறே எம். எல். ஜுவெல்லர்ஸ் உரிமையாளர் அருகில் வந்தார். அப்பாவிடம் தொழில் கற்று மேலேறியவர்.

இவ்வளவு பேரும் குழிமேட்டுக்குப் போய்வந்த பின்னரும் இருந்தால் ஆகக்கூடிய சோற்றுச் செலவை எண்ணி அவன் மனம் கணக்கிட்டுக்கொண்டிருந்தது.

“என்றா யோசன வேண்டிக் கிடக்குது?”

“ஒண்ணும்மில்லிங்க ...”

ஆளுக்கொரு கைப்பிடித்துத் தூக்கிவந்து கட்டிலில் கிடத்தினர். பெருத்த ஓலம் எழத் தலையிலும் மார்பிலும் அடித்தபடி பெண்கள் பிலாக்கணம் வைத்தனர். குளியல் சடங்குகள் கழிந்து பங்காளிகள் கோடித் துணியும் போட்டபின், சேவலின் கழுத்து, பாடையின் முன் திருகப்பட்டு அதன் ரத்தம் ஒழுகப் பாடையைச் சுற்றிலும் கொண்டுவரப்பட்டது. சுற்றி நின்றவர்கள் அவரைத் தூக்கிப் பாடையில் வைத்தனர்.

கொண்டையை முடிச்சிட்டு மூக்கை முந்தானையால் துடைத்துக்கொண்டே ருக்மணி வேகமாக வெளியே வந்தாள்.

"என்னய என்ன நாதியத்தவோன்னு நெனச்சிட்டீங்களா? இந்த ஓடுகாலிக்கு இந்த வூடு! உனக்கும் அந்தக் குடிகார நாயிக்கும் பத்தூட்டையும் எழுதி வைச்சிட்டான். அப்ப நானு? ரோட்ல போறவளா? வூட்ல இருக்கிற நகையெல்லாம் எனக்குந்தாஞ் சொந்தம். அதுக்கு ஒரு வழியப் பண்ணிட்டுத் தூக்குங்க எங்கப்பனை..." என்றாள்.

சக்தி சற்றும் எதிர்பார்த்திருக்கவில்லை. வந்ததிலிருந்து அவள் கொண்டிருந்த மௌனத்தின் பொருள் அவனுக்கு விளங்கிற்று. அவன் மனைவி அதற்காக நீண்ட நாள்கள் நச்சரித்துக்கொண்டேயிருந்தாள். ஆனந்தன் மனைவியும் அப்பா விடம் மதிப்புடன் நடந்துகொண்ட பின்னணியும் அதுதான் எனத் தோன்றிற்று. எட்டி உள்ளே பார்த்தான். அதே இடத்தில் மகேஸ்வரி கிடந்தாள். ஆனந்தன் வெள்ளை வேட்டியோடு ருக்மணியைப் பார்த்து நின்றிருந்தான்.

கூட்டத்திலிருந்து உறவுக்காரர் ஒருவர் விலகிவந்து, "அதெல்லாங் கேக்கறதுக்கு நேரங்காலமே இல்லியா? காரியம் முடியிட்டும் எங்க போயிறப்போகுது... பதினாறு முடிஞ் சொன்னையும் சாவகாசமாக உக்காந்து பேசிக்கலாம்" என்றார்.

"சும்மாரு மாமா. அப்படியே வுட்டா இவுனுங்கெல்லாஞ் சேந்து எந்தலைல மொளகா அரச்சுருவாணுக. பதில் சொல்லட் டும் முதல்ல."

கூட்டமே வாயடைத்து நின்றது. தொலைவில் நின்றிருந் தவர்களுக்கு மிகத் துரிதமாகத் தகவல் இட்டுக்கட்டப்பட்ட பொய்களுடன் போய்ச்சேர்ந்தது.

வண்ணக் காகிதங்களாலும் ஜிகினாக்களாலும் மலர்ச் சரங்களாலும் அலங்கரிக்கப்பட்ட தேர் வண்டிக்குள் ராயப்பன் அப்படியே கிடந்தார்.

***காலச்சுவடு,* செப்டம்பர் 2008**

வாக்குமூலம்

நிழலுருவங்களின்மீது வெளிச்சம் படர்ந்து அத னதன் தோற்றங்கள் துலங்கியபடியே வந்த புலர்காலையில், வாரச் சந்தைக்குக் கொண்டு வந்த தேங்காய் மூட்டை களை இறக்க பழனிச்சாமி அவனைத் தேடினார். குறும்புத் தனமான அடையாளமொன்றைக் கூறிக்கத்தியும் பதி லில்லாததால் அவரே வண்டியிலிருந்து சிரமப்பட்டு கீழே தள்ளிவிட்டபின், ஒன்றுக்கிருக்க மாட்டிறைச்சி வெட்டும் பாலன் கடைக்கு அருகிலிருந்த புளியமரத்தின் பின்புறம் சென்றார். நாக்கு உள்நோக்கித் திரும்பி குழறிப் பேச மறந்து சந்தைப் பேட்டையை விட்டு வெளியே ஓடி, பிடரியைத் தொட நெருங்கிவரும் அபாயத்தின் சங்கொலி போன்ற காற்றின் ஒலியைக் கேட்டு நடுங்கிய வாறே டீக்கடையின் முன் வந்து மயங்கிவிழுந்தார்.

இருட்டுக்குள் அவன் மனதில் கூர் தீட்டி வைத்திருந்த திட்டங்களுடன் நடக்க ஆரம்பித்தான். செடிகளுக்கிடை யில் கிடக்கும் காய்ந்த முட்கள் செருப்பில்லாத அவனது கால்களால் சுள்ளிபோல ஒடியும் சத்தம் அவனை நிம்மதி கொள்ளச் செய்தது. அந்தச் சுற்றுவட்டத்தின் வழிகள், ரேகைகள் போல அவனது உள்ளங்கைக்குள் இருந்தன. பாதையோரங்களிலிருந்து வரும் சிள்வண்டின் ஒலியை, அவை நின்று பின் மீண்டும் ஒலிக்கத் தொடங்கும் நிமிடத்தை அளந்தபடியே சென்றான். அங்கு அமர்ந்து ஓயாமல் கத்திக் கொண்டிருக்கும் தவளைகள் அவனது வேகத்தில் நசுங்கிக் கூழாயின. முடிவின்றி நீண்டுசெல்லும் அவனது ஏக்கத்தின் சுனையில் இன்று அவன் நீர் அருந்து வான். அது கைகூடாமல் ஏமாற்றமே மிஞ்சுமெனில், அந்தக் கொதிப்பு உயர்ந்து ஆவேசமாக வெடிக்கும். நாயின் குரைப்பொலி ஊளையாக நீண்டு சென்றது.

கே.என். செந்தில்

சிறுவயதில் நாய்களின் கோரப்பற்களும் அவற்றிடையில் தொங்கும் நாக்கையும் பிஸ்கட்டுகளைக் கண்டால் வெறித் தனமான அவற்றின் பாய்ச்சலையும் கண்டு ஒடுங்கிக் கொள் வான். இங்கு வந்த புதிதில் அவனைச் சுற்றிலும் நாய்கள் வட்டமிட்டுநின்று இடைவிடாது குரைத்தன. செய்வதறியாது, முன்னோக்கி வந்து கொண்டிருந்த நாயின்மேல் தட்டையான கனத்த கல்லை விட்டெறிந்தான். உடைந்த தேங்காய்ச் சில்லு கள்போல அவை சிதறி ஓடின. வெகுநேரம் ஒன்றையொன்று மாறிமாறி குரைத்தபடியேயிருக்கும் சத்தம் மட்டும் கேட்டது. மறுநாள், முன்னங்கால் ஒன்றைத் தூக்கியபடி கசாப்புக் கடையின் முன் அந்த நாய்களில் ஒன்றைப் பார்த்தான். அவை அவனைக் கண்டால் விலகி ஓடின. நிற்பவை அவனிடம் சினேகம் பாராட்டத் தொடங்கின. டார்ச் விளக்கின் ஒளிச் சிதறல் பாதையை மெதுவாக மேய்ந்தபடி வருவதைக் கண்டதும் கத்தியை இடுப்பில் சொருகிக் கொண்டான். அங்கு சொற்பமாக இருக்கும் வீடொன்றிலிருந்த கிழம் மலம்கழிக்கப் போய்க் கொண்டிருந்தது. அடிவயிற்றிலிருந்து எக்கிக் கத்தினால் கூடக் கேட்க முடியாத தூரத்தில் வீடுகள் சிதறிக் கிடந்தன. அதன் நிசப்தம் துள்ளலையும் பீதியையும் ஒரே சமயத்தில் தந்தது. அவனது அடுத்த குறிக்கு இலக்காகியிருக்கும் சூப்பர் வைசர் மொபட்டைக் கிளப்பிச் சென்றதும் அவன் வீட்டின் முன் நின்று கொந்தளிப்பு அடங்கியபின் மெதுவாகக் கதவைத் தட்டினான்.

ஆரோக்கியமற்ற பரதேசி போலவும் சற்று கர்வம் கொண்ட பிச்சைக்காரனைப் போலவும் அவன் இந்த சந்தைப் பேட்டைக்கு, ஒரு சந்தைத் தினத்தின் அதிகாலைக் கருக்கிருட்டில் லாரியில் முட்டைக்கோஸ் மூட்டைகளோடு ஒன்றாகக் குலுங்கி நசுங்கி ஆடியபடியே வந்து சேர்ந்தான். அதற்கு முன் போக்கிடமின்றி பசியும் அழுக்குமாக அவனது அலைச்சல் தெருநாயைக் காட்டிலும் கேவலமும் அருவருப்பும் கொண்டது. மனப் பிறழ்வு கொண்டவனைப்போல தீர்க்கமான கண்களுடனும் சேர்வுற்ற உடலுடனும் அவன் அப்போது இருந்தான். முன்பு அழகனாக இருந்ததற்கான தடயங்களைக் காலம் அழித்து வற்றிப்போனவனாக்கியிருந்தது. அங்கு படுதாவைக் கட்டிக் கொண்டிருந்த தேவியக்கா மிச்சம் வைத்த டீயை அவள் திரும்புவதற்குள் தீர்த்தான். அவனைக் கூர்மையாகப் பார்த்த பின், டம்ளரை எடுக்கவந்த ஓட்டை விழுந்த பனியனும் அழுக்கேறிய கைலியுடனுமிருந்த கிழவனிடம், “உன்னோரு டீ கொண்டா” என்றாள். அதையும் காலி செய்தான்.

அன்று அவளுக்கு வந்த வாழைத்தார் லோடு முழுக்கவும் அவனே சுமந்து இறக்கினான். மதியம் சோறு கிடைத்தது.

அவன் நகராமல் அமர்ந்திருந்தான். அவளுக்கு எரிச்சலும் கோபமுமாக இருந்தது.

"எந்த ஊரப்பா நீயி?"

பதிலில்லை.

அன்று கிளம்புகையில் கூடவே நிழல்போல வந்தான். சிறிது யோசித்தபின் "சொல்றத கேட்டுக்கிட்டு ஒழுங்கா இருப்பியா?" என்றாள். அவளுக்கும் ஒரு கை தேவைப்பட்டது.

"இருப்பங்க" என்றான்.

"நாங்கூட ஊமையோன்னு நினைச்சிட்டேன். சரி வா" என அழைத்துச் சென்றாள்.

அவனுடைய அம்மாவுக்கு சினிமாவின்மேல் அடங்காத மோகம் இருந்தது. பால்யத்தின் பெரும்பாலான நாட்களில் பக்கத்து வீட்டு அக்காள்களின் மடியில் இருந்து வளர்ந்தான். ஊரில் கூரைவேயப்பட்ட மூன்று கொட்டகைகள் இருந்தன. சுவரொட்டியில் பெயர் மாற்றியது கண்ணில் பட்டதும் அவள் தனக்குள்ளாகச் சிரித்து அப்படத்தின் பாடலை மெல்ல முணு முணுப்பாள். டீக்கடைக்காரன் ரேடியோவில் அலை வரிசை மாற்றி, பாட்டு ஒலிக்கவிடும்போது, அவள் காலிக் குடங்களைத் தூக்கிக் கொண்டு குழாயடிக்குச் செல்வாள். ஒளியும் ஒலியும் பார்க்க ஒண்டியாக மகாதேவன் சார் வீடு வரைக்கும் போய் வாசலோரம் பையன்களுக்கு நடுவே அமர்ந்து எட்டிப்பார்த்து களித்துவிட்டு வருவாள். வாரத்திற்கொரு முறையோ இரு முறையோ அப்பா வந்து உறங்கிச் செல்வார். அவர் மாநிலங் களைச் சுற்றும் லாரி ஓட்டுனராக இருந்ததால் எப்போதும் கண்கள் வீங்கி முகம் உப்பிப்போயிருக்கும். அவர் வரும் கிழமை களில் அவரை விட்டு அம்மா நகரமாட்டாள். கோழிக்குழம்பின் வாசமும் மல்லிகைப் பூவின் மணமும் வீடெங்கும் அலையும். அன்றிரவு மரகதக்காவின் அருகில் அப்பா வாங்கி வந்திருந்த பிஸ்கட் பாக்கெட்டுகளைக் கட்டிப் பிடித்தபடியே படுத்துறங்கு வான். கொஞ்சிக்குலாவி, அழுது கரைந்து அப்பாவிடமிருந்து பாதிப்பணத்தைப் பிடுங்கித் தலையணைக்கடியில் வைத்திருந்து காலையில் எழுந்ததும் ரவிக்கைக்குள் திணித்துக் கொள்வாள்.

விடிகாலையில் பெருஞ்சிரிப்போடு அவ்வீட்டிலிருந்து அவனை அள்ளித் தூக்கியபடியே நுழைந்து அவனை முத்திய வாறே "சாமி... டேய் எங்கண்ணு" என எச்சில் தெறித்த வாயுடன் மேலும் முத்தி "எம் பையன ராஜாவாட்டம் வளத்தோணும்டீ" என்பார்.

அவள் முகம் சற்றே சுருங்கி பின் இயல்பாகிவிடும்.

அவளை அவர் அறிந்திருந்ததால், "நீ மட்டுமென்ன, மகாராணிதாண்டீ" என்று கன்னத்தைக் கிள்ளுவார்.

உள்ளுக்குள் மலர்ந்து அதை முகத்தில் காட்டாமல் "கழுத்துல ஒரு பொட்டுத் தங்கம் இல்ல ... மகாராணீன்னு வெளில சொல்லீராத ... வெட்கக்கேடு" என்றாள்.

ஆத்திரத்தை அடக்காமலேயே, "நாஞ் சம்பாதிக்கறதெல் லாம் உங்க ரெண்டு பேருக்குத் தாண்டீ" என்றார்.

"சம்பாரிச்சு கிழிச்ச" என்று கையில் வைத்திருந்த பாத் திரத்தை நிலம் அதிர வைத்தாள்.

வாய்ச்சண்டையில் அழுகிய புழுப்போல வார்த்தைகள் வந்து வெளியே விழுந்தன. அம்மா கதவைச் சாத்திக்கொண்டு கத்தினாள். "இந்த தொண்டு முண்டைக்கு எத்தனய கொட்டு னாலும் பத்தாது" என வேடிக்கை பார்க்க நின்றவர்களிடம் கூறியபடியே கிளம்பிச் சென்றார். அவர் சென்றதும் அவனது பழைய குறும்புகளை மீண்டும் கூறி ஈர்க்குச்சியை உருவி கை கால்கள் தடித்துச் சிவக்கும் வரைக்கும் அடிப்பாள். ஒவ் வொரு சுவர் மூலைக்கும் மாறிமாறி ஓடிச்சென்று தாழிடப் பட்ட வீட்டினுள் கதறி அழுது அப்படியே உறங்கிப்போவான்.

சந்தனப் பவுடரின் வாசனையும் நாளுக்கொருவிதமாக மின்னும் ஸ்டிக்கர் பொட்டுகளுடனும் அவளது நளினம் பிறரை பொறாமைகொள்ளச் செய்யும். அவள் எடுக்க மறந்து போன ஒட்டுப்பொட்டுகள் குளியலறையில், கண்ணாடியில், படுக்கை விரிப்புகளில் அப்படியே இருக்கும்.

"ஏஞ் சாவித்திரி, கை ரெண்டும் மூளியா கிடக்குதே. ரெண்டு வளையலத்தான் வாங்கிப்போடறது" என்றாள் மரக தக்கா.

"இவங்கப்பன் தங்கத்துல போடறேன்னு சொல்லீருக்கு துக்கா" என்றபடி அம்மன் கோவிலில் தந்த சிவப்புக் கயிறு கட்டப்பட்டிருந்த மணிக்கட்டை ஆர்வமாகத் தூக்கிப் பார்த்து சோர்வு கொண்ட மூச்சுடன் தொங்கவிட்டாள்.

கட்டின்றித் திரிந்து கொண்டிருந்த அப்பாவை சுற்றியிருந் தவர்களின் கவனவட்டத்துக்குள் நிறுத்தியதில் அம்மாவின் பங்கு அசாதாரணமானது. வயிற்றிலிருந்த குழந்தையோடு மண்ணெண்ணெயூற்றிப் பற்ற முயன்ற இரவிலிருந்து அவர் தன்னுள் மூழ்கியவராக அலைந்தார். நிலையின்றிக் குழம்பிக் கிடந்த அவரது ஸ்திதியில் அன்று உருவாகிய பேரச்சம்,

அவரை எளிய குடும்ப மனிதனாக ஆக்கிற்று. அப்போது அவர்மேல் இரண்டு வழக்குகள் நிலுவையில் இருந்தன. அடி தடிக்குப் பேர்போன ஆள். கட்சிப் பிரமுகர்கள் பலருக்கும் அவர் இடக்கையாக இருந்தார். கட்சியில் அவர் பேதம் பார்ப்பதில்லை. சகல கட்சிகளின் ரவுடிக் கும்பலுடன் அவருக்குத் தொடர்பிருந்தது. தலைவரின் வருகையையொட்டி தட்டிகளும் சுவரொட்டிகளும் பேனர்களும் ஊரையே நிறைத்திருந்தது. இரண்டு நாட்களுக்குமுன் சுவரொட்டிகள் கிழிக்கப்பட்டும் அதிலிருந்த தலைவரின் முகத்தில் சாணியடிக்கப்பட்டும் இருந்தது கண்டு கைகலப்பு உருவாகி அடங்கிவிட்டிருந்தது. நகரத் துணைச்செயலாளர், தலைவர் வந்து செல்லும்வரை இரவு ரோந்துக்கு இவரைப் பணித்து சைக்கிளையும் தற்காலிகமாகத் தந்திருந்தார். ரூபாய்கள் விளையாடியது. இளம்போதையில் மிதித்தபடியே போனபோது பேனருக்கருகில் உருவம் நிற்பது தெரிந்தது. இறங்கி பீடிபற்றவைத்து ஒன்றுக்கு ஒதுங்கும்போதும் அதனிடம் அசைவில்லை. மணியடித்துப் பார்த்தார். அதட்டிக்கொண்டே அருகில் சென்றபோது, அது பெண் என அறிந்தார். அழுது கொண்டிருந்தது. காரணத்தைக் கேட்டதும் தேம்பியபடியே குழந்தைபோல அவள் சொன்னாள்.

“ஏறி உட்காரு.”

அவரது அம்மா இறந்தபின் பூட்டிக்கிடந்த வீட்டை உடைத்து அவர்கள் இருவரும் குடிபுகுந்தனர்.

❍

கதவு திறக்கப்பட்டதும் குண்டு பல்பின் மங்கிய மஞ்சள் ஒளியில் அவிழ்ந்த கூந்தலோடு வந்து பாப்பா நின்றாள். “பசிக்குது” என்றான். சிறிது நேரம் நின்று நினைவில்மூழ்கி, கதவை அடைத்தாள். அடுத்த வினாடியே கதவைத் திறந்து “உள்ள வா” என்று சோர்வாக நடந்து எச்சில் கையால் புரோட்டாக்களைப் பிய்த்துப் போட்டு, குழம்பை மேலே ஊற்றி, முழுக்க ஊறிய துண்டொன்றை எடுத்து மென்றாள்.

“சட்டீல சோறு கிடக்கு. வடிச்சு தின்னுட்டு வெளியில் கெடந்து உறங்கு” என்றாள்.

அவன் குத்தவைத்து அமர்ந்து அவளையே பார்த்தபடியிருந்தான். அவளது ஜாக்கெட்டின் கடைசிப் பொத்தான் போடாமலேயே கிடந்தது. மற்றொரு துண்டை எடுக்கையில் அது அசைந்து நெகிழ்வதைப் பார்த்தான். ஒரேயொருமுறை தான் அவளைத் தொட அனுமதித்திருக்கிறாள். “என்ன?” என்றாள்.

அவளைப் பார்த்தபடியே நகர்ந்து சோற்றுநீரை வடித்துக் குடித்தபின் மஞ்சள் பூசியிருக்கும் சோற்றில், எறும்புகள் மிதக்கும் கடும் புளிப்புக் கொண்ட மோரை ஊற்றித் தின்றான். அவள் எச்சில் பொட்டலத்தை அமர்ந்தபடியே ஜன்னலில் விசிறிய போது, அதிலிருந்த எச்சங்கள் அவன் மேல் விழுந்தன. அவன் அடுத்த கவளத்தை உள்ளே தள்ளினான்.

தேவியக்காவின் மணம் முடிந்த சில மாதங்களில் அவளைத் தனியாக விட்டு வீட்டைவிட்டு ஓடிப்போன அவள் கணவன் அவளை நிரந்தர சுமங்கலி ஆக்கியிருந்தான். குங்குமமும் வெற்றிலைச்சாறும் சாந்தமான பேச்சும் அவளது அடையா ளங்கள். அவளது சொல்லுக்கு அவனது செயல்கள்தான் பதில்களாக இருந்தன. அவளது வீட்டின் இரண்டாவது நாயாக இருந்து சிறுகச் சிறுக உள்ளே நுழைந்து அவளது செல்லப் பூனையாக மாறினான். ஒருமுறை முரண்டு பிடித்த வியாபாரியை அவள் வெகுண்டு சீறி சரமாரியாக வசவுகளைப் பொழிந்தாள். அதன்பின் அவன் மிகுந்த கவனத்துடனும் பணிவுடனும் நடந்து கொண்டான். சந்தை முடிந்த இரவுகளில் அவள் குளிக்கும்போது, அவன் படலைச் சாத்திவிட்டுவந்து பாப்பாவை எண்ணியபடியே சுயமைதுனம் செய்து அப்படியே உறங்கிப் போவான்.

சாயம்போன குடைகளை விரித்து அதனடியில் அமர்ந் திருக்கும் பூட்டு வியாபாரிகளையும் கொத்துகளிலிருந்து மாற்றுச் சாவியை ராவிக் கொண்டிருக்கும் ரிப்பேர்க்காரர்களையும் கடந்து, பழுதடைந்து துருப்பிடித்த அலங்கார வளைவில் நுழைந்ததும் காலியான இடத்தைத் தாண்டி பாய் வியாபாரி களும் ஜவுளிக்காரர்களும் அமர்ந்திருப்பார்கள். அந்தக் காலி யிடம், நேரம் செல்லச் செல்ல கூவிவிற்கும் ஜட்டி பனியன் காரன்கள் வந்ததும் நிரம்பிவிடும். பின்னர் பலதரப்பட்ட குரல்கள் கலந்து பேரிரைச்சல் கொண்ட, நான்கு பக்கமும் மூங்கில் கழி நட்டு கருங்கல்லில் செஞ்சாந்து பூசி மேடாக்கி யிருக்கும், வழியெங்கும் தக்காளிகளும் வெங்காயச் சருகுகளும் அழுகிய முட்டைக் கோசுகளும் பழத்தொலிகளும் கலந்து கிடக்கும் சந்தையின் கதம்ப முகம் நெருங்கிவரும். காலையில் மொத்த வியாபாரிகள் வாங்கிச்சென்றபின் மதியம் ஈயாடி சொற்பமான தலைகளே தென்படும். அப்போது அவனை அமரவைத்துவிட்டு காலையில் படித்த பேப்பரை விரித்து அதன்மேலேயே படுத்து வியாபாரிகள் குட்டித் தூக்கம் போடு வார்கள். எழுந்ததும் டீ வாங்கித் தந்துவிட்டு மீதியை எண்ணிப் போட்டுக் கொள்வான். அவனை அதட்டலாம். ஆனால் வசவு

வைத்தால் உள்ளே கொதிக்கும் நெருப்பை சிரிப்பில் அணைத்து மீண்டும் அவர்களிடம் வரவேமாட்டான்.

ஒருமுறை கசந்து குமட்டிய டீயை பாதி உறிஞ்சிவிட்டு அந்த எச்சிலைத் தந்து அவனிடம் "டேய் இதைய வாயில ஊத்தீட்டு கழுவி வச்சிரு" என்றார் வெங்காய வியாபாரி.

அவன் கீழே ஊத்திவிட்டு கழுவி வைத்தான்.

"ஏன் அவளோட மூத்திரத்தத்தான் குடிப்பியா?" நின்றவர்கள் பற்கள் வெளியே தெரிந்தன. அன்று மாலை அவருக்கு லோடு வந்தபோது அவனுக்குச் சொல்லியனுப்பியும் அவன் போகவேயில்லை.

சூரியன் மேற்காக இறங்கிச் செல்லச் செல்ல கூட்டம் நெரிபட்டுப் பரபரப்படைந்துவிடும். அது ஒரு கணக்கு. இருள் கவியத் தொடங்கும்போது விலைசரிந்து கேட்டவிலைக்கு சாமான்கள் மடியில் வந்து விழும். பேரம் படியாமல் வெற்றுக் கூடைகளோடு பெண்கள் அடுத்தடுத்த கடைகளுக்கு நகர்வார்கள். அக்காவின் முதுகுக்குப்பின் கத்தியோடு நிற்பான். மடிக்கப் பட்ட கோணிப்பைக்குள் ரூபாய்களை எறிந்ததும் தொங்கும் வாழைத்தாரிலிருந்து, சதையைப் பிடித்தபடியே மற்றொரு சதையை அறுக்கும் ஆட்டிறைச்சிக் கடை வெங்கடாசலம் போல, ஒரு சீப்பை மட்டும் எதுவும் உதிராமல் தனியாக அறுத்தெடுப்பான். கறிக்கடைக்காரர்களிடமும் குதிரைவண்டிக் காரர்களிடமும் மட்டும்தான் அவன் பீடி வாங்கிப் புகைப்பது. தார் லோடு இறக்கும்போது அவன் விலா எலும்புகள் இடுப் பெலும்போடு ஒட்டிக் கொண்டதுபோல வயிறு உள்நோக்கி மடங்கிவிடும். புஷ்டியாக வளர்ந்த ஆளைத் தூக்கித் தோளில் வைப்பது போன்ற பருமன் அதற்குண்டு. அவன் உடைகள் முழுக்கவும் வாழைக்கறை படிந்து இருக்கும். அங்கு அமர்ந்து குனியும் பெண்களின் முலைகளைக் கண்டு அவற்றை கனவு களில் கவ்வுவதும் வருடுவதும் கசக்குவதுமாக உள்ளாடையை நனைப்பான். பழங்களைத் தொட்டுப் பார்க்கும் மஞ்சள் பூசிய தடித்த, குச்சி போன்ற, வெடித்த பல நூறு விரல்களையும் கைபடாமல் மொக்குகள் நிமிர்ந்தும் உள்சுருங்கியும் இருக்கும் இளமுலைகளையும் மூளையில் வழியும் எச்சிலை மனதால் நக்கி கண் அசைக்காமல் கண்டு அவற்றைத் துல்லியமாக நினைவு கூரும் இரவுகளில் அவன் ஆண்மை அவர்களிடையே பிரவாகமெனச் சுழித்தோடும். முகப்பூச்சு வியர்வையில் நனைந்து வெளிறி, காய்ந்து, வெண் திட்டுக்களாக மாறியிருக்கும் அவர் களின் முகங்களையே அவன் காண்பதில்லை. சில்லறை முறித்து வர அனுப்பினால் நெரிசலில் திணறும் பெண்களின்

பின்புறத்தைத் தேய்த்தபடியும் முழங்கையால் முலைகளை உரசியபடியும் செல்லும்போது, நரம்புகள் துடித்து ரத்தம் சூடாகப் பரவிச் செல்வதை உணர்வான். அப்போது அவன் பாப்பாவை நினைத்துக் கொள்வான். அவள்மீது கொண்டிருந்த பிரியம் வளர்ந்து அடங்காத ஆசையாக மாறி வெறியாகவே ஆகிவிட்டிருந்தது. இங்கு வந்த புதிதில் தாவணியில் துள்ளிய படியிருந்தாள். அபூர்வமாகவே சந்தையின் பக்கம் எட்டிப் பார்ப்பாள்.

தேவியக்காவின் தங்கைக்கு அடுத்தடுத்து பிறந்த நான்கு பெண் குழந்தைகளில் கடைக்குட்டியைத் தூக்கிவந்து ‘பாப்பா’ எனச் செல்லம் கொஞ்சி விளையாட, சற்று வளர்ந்தபின் அதுவே நிலைத்துவிட்டது. கேட்குந்தோறும் மீளமுடியாத சொப்பனத்திற்குள் ஆழ்த்தும் சிரிப்பு அவளுடையது. வேரோடு நிலத்தில் குப்புறச் சாய்ந்த மரம்போல அவன் அதில் வீழ்ந் தான். அவள் குளிக்கையில் தெறிக்கும் நீரின் ஒலியைக் கேட்ட படியே ஏகாந்தத்திற்குள் மூழ்கிப் போவான்.

பனியன் கம்பெனிக்குச் சென்று கொண்டிருந்தாள். அவன் கனவுகள் சிதைய, இரவுகளில் வீட்டு வாசலில் அவளை இறக்கிவிட்டுப் போகும் சூப்பர்வைசரோடு ஓடிப் போனாள். கடலோர மாவட்டமொன்றிலிருந்து வந்தவன் அவன். ஏற் கனவே மணமாகி ஊரில் குழந்தைகள் இருந்தது வெகுதாமத மாகத் தெரியவந்தது. திண்ணையில் குந்தியிருந்தவனை நோக்கி, “பாழப் போச்சுடா . . . இந்த முண்டை அவ தலையில் அவளே மண்ணை வாரிப் போட்டுட்டாளே” என்றாள். அவள் மூக்கி லிருந்து வழிந்த சளி அவள் வாய்க்குள் சென்றது. அதை வழித்து எறிந்துவிட்டு வேகமாக, “அடங்காமத் திரிஞ்சவளுக்கு . . . அடங்காமத் திரிஞ்சவளுக்கு . . .” என மூச்சுவாங்கக் கூறி அடுத்த வார்த்தை சிக்காமல் பக்கத்திலிருந்த செருப்பை உள்ளே எறிந்தாள். அது எங்கோ மோதி சத்தமின்றி விழுந்தது. அடி பொறுக்காமல் உள்ளே சோர்ந்து கிடந்தாள்.

இரண்டு மூன்று மாதங்கள் வீட்டிலேயே இருந்தாள். தேவியக்கா இல்லாத சமயத்தில், “டேய் சித்தநேரம் காலப் புடிச்சுவுடு” என பாப்பா அழைத்தாள்.

இரவுகளில் அவனது உறக்கம் கலைத்த அவள் பற்றிய கற்பனைகள் நிமிர்ந்து நின்றன. அவளது தொப்புள் குழிக்குள் கறுப்பாக அழுக்கு அப்பிக் கிடந்தது. ஈரத்தரையில் கால்வைப்பது போல அவ்வளவு மெதுவாக அவள் கால்மேல் கைவைத்து அமுக்கியபோது, தேனீருள்ள கண்ணாடித் தம்ளரைப் பிடித்தது போல அவள் உடல் மிதமான சூட்டில் இருந்தது. மெதுவாக

முன்னேறி அவள் தொடைகளுக்கு நடுவில் கை வைத்தான். கண் திறந்து நடப்பதை உணர்ந்து ஓங்கி உதைத்தாள்.

".ச்சீய்... எச்சக்கலை நாய்க்கு நெனப்ப பாத்தியா... நாயக் குளிப்பாட்டி நடுவூட்ல வச்சாலும் புத்தி பீ திங்கத்தானே போகும்."

காயப் போட்டிருந்த அவளது பாவாடையிலிருந்து நீர் அவன்மேல் சொட்டியபடியிருந்தது.

அவன்மேல் காறித்துப்பி "மூஞ்சீல முழிச்சறாத...வூட்டுப் பக்கமும் வந்தராத... பாத்தன்னா அறுத்து கைல குடுத்துரு வேன்... எல்லா அவோ குடுக்கற எடந்தானே... வரட்டும் வச்சுக்கறேன்" என்று அவனை நெட்டித் தள்ளித் தாழிட்டு விட்டாள். அவன் பேசாமல் எழுந்து பக்கத்திலிருந்த தோட் டத்திற்குள் சென்று பம்ப் செட்டிலிருந்து நீர் விழுவதையே வெகுநேரம் பார்த்தபடி அமர்ந்திருந்தான்.

அவனது அப்பாவுக்கு நரம்புகள் தளர்ந்து இரத்தம் சுண்டத் தொடங்கியிருந்தது. அவர் இளம்வயதில் கொண்டிருந்த தீய பழக்கங்களால் அவரது மனதின் ஆசைக்கு உடம்பு ஒத்துழைக்க மறுத்தது. கோழிக்குழம்பு வாரத்திற்கொருமுறை மணத்தபோதும் மல்லிகைப்பூவின் மணம் எப்போதேனும் எட்டிப் பார்க்கத் தொடங்கியிருந்தது. விபத்தில் கால் முட்டு விலகி வீட்டோடு அப்பா வந்து சேர்ந்தார். அம்மாவை விட்டு கண்களை அவர் எடுக்கவேயில்லை. அவளது நடவடிக்கைகளை அப்போதுதான் நிதானமாக அருகிலிருந்து பார்த்தார். கண்ணாடியின்முன் அவள் நிற்கும்போதெல்லாம் வலி எடுப்பதுபோலக் கத்துவார். அவள் ஓடி மூக்கைச் சுளிக்கவைக்கும் எண்ணெய் கொண்டு அவர் காலில் மெதுவாக ஊற்றுவாள். அந்த எண்ணெய் வீச்சம் வீட்டோடு ஒட்டிக் கொண்டுவிட்டது. அவள் கண்ணீ ரோடு நின்ற அந்த இரவுக்கு அவரை மனம் அழைத்துப் போயிற்று. அவள் முகம் கழுவுவதும் கண்ணாடியைக் கடக்குந் தோறும் ஒரு கணம் நின்று நகர்தலும் அவருக்கு ஆத்திரமூட் டிற்று. அப்பாவிற்குக் கீழே படுக்கை விரித்துவிட்டுச் சினிமா விற்குச் செல்ல ஆயத்தமானாள். அவரது கால்வலி அவரைப் படுத்திக்கொண்டிருந்தது. கம்பைக் கொண்டு சிறிது தூரம் நடக்க முடிந்தது.

"ஏன்டீத் திருட்டுமுண்ட... அவுசாரி மாரி நைட்ஷோ போறயே... கேக்கறத்துக்கு ஆளில்லைன்னு நெனப்பா?"

"பகலெல்லாம் உன்னபோட்டு அழுகறதுக்கே நேரஞ்சரி யாப் போயிருது."

“அடித் தேவிடியா... அன்னைக்கு அப்படியே உட்ருக் கோணும்டி... எவங்கைலயாவது சிக்கி சீரழிஞ்சி சின்னா பின்னப்பட்டிருப்ப... நன்னியில்லாத தொண்டு...”

“எவென் ஏதுன்னு இல்லாம கூப்பிட்டொன்னீமும் ஏறி உட்காந்து வந்தம் பாரு... என்னீய பழய செருப்பாலயே அடிக்கோணும்.”

அப்போது அவனுக்கு ஆறாம் வகுப்பு அரையாண்டுத் தேர்வு நடந்து கொண்டிருந்தது. குண்டு பல்பின் வெளிச்சத் தில் பாடத்தை உருப்போட்டுக் கொண்டிருந்தான்.

அவளால் போகாமல் இருக்க முடியாது என்பதை அவள் அறிந்தாள். ‘விதி’ படம் ஓடிக்கொண்டிருந்தது. நீர் எடுத்து வரும்போது ‘இன்றே கடைசி’ ஒட்டப்பட்டிருந்ததைப் பார்த் திருந்தாள். ஏற்கனவே ரேடியோவில் ஒலிச்சித்திரத்தில் கிளை மேக்ஸ் வசனம் கேட்டிருந்தாள். மெதுவாக நழுவிவிட்டாள். மோகனை அவளுக்குப் பிடிக்கும். அவனுடைய தெற்றுப்பல். அப்படிப்பட்ட ஒருவனை நம்பித்தான் அவள் வீட்டைவிட்டு வந்தாள். அவன் அறையெடுத்து இரவைக் கழிக்கலாம் என்றான். செலவுக்குக் கைவளையலைக் கழட்டித் தந்திருந்தாள். எழுந்த போது, தான் தவிக்கவிடப்பட்டிருந்ததையும், பொட்டுத் தங்கம் கூட இல்லாமலிருப்பதையும் அறிந்தாள்.

அவனை பக்கத்துவீட்டில் சென்று படிக்குமாறு கூறிவிட்டு சுந்தரியக்காவோடு முருகன் தியேட்டருக்குச் சென்றாள்.

ஒன்றரை மணிக்குத் திரும்பி விளக்குப் போடாமல் வந்து, பாயில்படுத்து இறுதிக்காட்சி வசனத்தை மனதில் ஓட்டிப் பார்த்தபடியே உறங்கிப் போனாள். சத்தமின்றி அவர் எழுந்து அவள்மீது மண்ணெண்ணெயைக் கொட்டினார். வாசம் நுகர்ந்து சுதாரிப்பதற்குள் உரசிய தீக்குச்சி அவள் மீது விழுந்தது. தெரு நடுங்கும் அலறலில் வீடெங்கும் கத்திய படி நடந்து தடுமாறி அப்பாமீது விழுந்தாள். அவனைக் கண் பொத்தி அணைத்து அங்கிருந்தவர்கள் வேறுவீட்டின் உள் ளறைக்கு இழுத்துப் போனார்கள். மரம் பற்றியெரிவதுபோல அவள் எரிவதைப் பார்த்தான். கயிற்றுக் கட்டிலுக்கடியிலிருந்த மூத்திரம் காய்ந்துபோன சாக்கைக் கொண்டு இருவரையும் மூடி நெருப்பை வளர விடாமல் மரகதக்காவும் பத்மநாபன் அண்ணாவும் முயன்றுகொண்டிருந்தார்கள். கரிக்கட்டையாக அம்மா கோரமாக இறந்து கிடந்தாள். தோல் வெந்து கருகி பச்சைப்புண்ணோடு ஆஸ்பத்திரியில் கேட்பாரற்றுக் கிடந்து, இரண்டாவது நாள் மதியத்தில் அப்பா இறந்துபோன

செய்தியை ராஜேந்திரன் அண்ணா வந்து சொன்னார். அப்போது அவன் பத்மநாபன் அண்ணா வாங்கித் தந்த பன்னைப் பிய்த்து பாலில் நனைத்து தின்றுகொண்டிருந்தான். அன்றைய இரவு பத்மநாபன் அண்ணா வீட்டில் படுத்திருந்தான். நடு நிசியில் எழுந்து கிளம்பி கால்கள் இலக்கற்று, நீண்ட பாதைகளின் வழியே தன்னிச்சையாகப் போய்க்கொண்டேயிருந்தது.

இரண்டு நாட்கள் அந்தப் பக்கமே போகாமல் எங்கெங்கோ சுற்றி அலைந்தான். பாப்பாவின்மேல் கொண்டிருந்த கட்டற்ற மோகம் அவனைத் தத்தளிக்கச் செய்தது. உடைமாற்றுகையில் கண்ட நிர்வாணத்தில், புதைச் சேற்றில் சிக்கிய உடல்போல அவன் மனம் வெளியேற முடியாமல் திணறிற்று. அது பல்கிப் பெருகி அவன்மேல் பாய்ந்தது. மழை ஓய்ந்திருந்த அந்தகாரத்தில் சுயபோகம் செய்து அந்த சுயகழிவிரக்கத்தில் சோர்ந்து கிடந்த போது தகவல்போல அது காதில் விழுந்தது.

“டேய்... அக்காவ பாம்பு கொத்திருச்சு...”

வாழைக்குலைகளை எண்ணிச் சரிபார்த்திருந்த சமயத்தில் சுருண்டு கிடந்த சர்ப்பம் சலசலப்புக்கு பயந்து தீண்டி மறைந்தது.

உடலெங்கும் தடித்து வீங்கி ஆஸ்பத்திரியில் அக்கா கிடந்தாள். அவன் அப்பாவை அவ்வாறான கட்டிலொன்றில்தான் கடைசியாகப் பார்த்தான். பால்ய நினைவுகள் குழம்பி அவனைக் கொந்தளிக்கச் செய்தது. அவனுக்குப் பெற்றவர்கள் நினைவு எழும் நேரங்களில் ஓயாமல் நடப்பான். இரவுகளில் கஞ்சா புகைப்பான். கனமான ஏதோவொன்றின் மீது தலையை பலமாக மோதிக் கொள்வான். மீண்டும் கஞ்சா புகைப்பான். அப்போதும் அடங்காதிருந்தால் அவன் கையை அவனே வெறி அடங்கும் மட்டும் பலமாகக் கடிப்பான்.

அக்கா போய்ச் சேர்ந்தபின் அந்தக் கம்பெனி சூப்பர்வைசரின் பைக் அங்கு அடிக்கடி தட்டுப்படத் தொடங்கி பின் குடித்தனம் நடந்தது. போக்கிடமின்றி அலைந்து பசியில் மயங்கிச் சரியும் தருவாயில் பாப்பாவின் நினைவு வந்தது. கூடவே அவளது வனப்பும் அந்தச் சிரிப்பும். மூளை இயங்கிய அசாதாரண வேகத்தில் திட்டங்கள் உருப்பெற்றன. வேண்டும் மட்டும் நீரைக் குடித்துப் பசியைத் தணித்த பின்பு இருட்டுக்குள் ஆவேசமாகக் கத்தியோடு சென்றான்.

பெரிய கொட்டாவியோடு புரண்டு படுத்த பாப்பா, திடுமென எழுந்து “நீ இன்னும் போகலயா?” என்றாள். அவள் கண்களில் பயம் தேங்கி நிற்பதாக அவனுக்குத் தோன்றியது.

அவன் மெதுவாக எழுவதுபோல பாவனை செய்கையில், அவள் சிறு குச்சியை முதுகுப்பக்கமாக ரவிக்கைக்குள் விட்டு சொறிந்தாள். முலைகள் குலுங்காமல் ஏறி இறங்கிற்று. குருதி பாய்ந்து விறைப்படைந்த ஆண்மை அவனை உசுப்பிற்று. இமைக்கும் வேகத்தில் அவள் பின்னால் சென்று இடுப்பைப் பற்றித் தூக்கி வலது கையால் வாயைப் பொத்தினான். பின் புறத்தில் குறியை வைத்து அழுத்தினான். அது மடங்கி மீண்டும் எழுந்தது. அவள் திமிறினாள். குதித்தாள். காய்த்துப்போன விரல்களை விலக்கும் வலிமை அவளுக்கிருக்கவில்லை. வேகமாக இடதுகையை கச்சைக்குள் விட்டபடியே பொத்தான்களை அவிழ்த்தான். ஓங்கி வாயின் மேல் அடித்தான். உதடுகளும் பற்களும் ரத்ததில் நனைந்தது. அவளைக்கட்ட கயிற்றை எடுக்க எட்டியபோது, அவள் அவனுடைய விதையைப் பிடித்து அழுத்தினாள். வலிப்பு கண்டவனைப் போல நரம்புகள் சுருண்டு அதைப் பிடித்தபடியே அமர்ந்தான். வலியிலிருந்து மீண்டபோது அவளது சேலை மட்டும் அவனுக்குள் கிடந்தது. நட்சத்திரங்கள் ஒளிர்ந்துகிடக்கும் நடு இரவில் புளியமரத்தின் பின்னால் அவளது உருவம் பதுங்கி நிற்பதைக் கண்டான். சத்தமின்றிச் சென்று குரல்வளையை நெரித்துக் கீழே தள்ளி, உதறும் அவள் கால்மேல் அவன் முழுங்காலை ஊன்றி பாவாடையைத் தூக்கி கையைத் தொடைகளுக்கிடையில் விட்டுத் தேய்த்தான். முலைகளை அவன் இடது கை கசக்கிக் கொண்டிருந்தது. தொண்டை அடைத்து இருமல் ஓய்ந்து, “உங்கம்மாவப் போய் ஓல்ரா தொண்டுத் தாயோலிக்குப் பொறந்த அவுசாரி நாயி” என்றாள்.

அவனது சகல புலன்களும் ஸ்தம்பித்து உள்வாங்கின. அம்மாவைப் பற்றிய நினைவுகள் ஓங்கி வளர்ந்தது. வெறிபிடித்த நாய்போல அவள்மேல் பாய்ந்து, “சாவுடீ கண்டாரோலி” என்றபடியே ஒரு பெரிய கல்லை எடுத்து அவள் தலையில் பலமாக அடித்தான். ரத்தம் செடிகள் முளைத்த மண்தரையில் ஒழுகி ஓடிற்று. கத்தியை வயிற்றில் செருகினான். அவள் சில நொடிகளில் விறைத்துப் பிணமானாள்.

குதிரை வண்டிக்காரனிடம் வாங்கிய கஞ்சாத்தூள் கொண்ட சுருட்டைப் புகைத்தான். முதல் இழுப்பில் அவன் மேகங்களுக்கிடையில் மிதந்தபடியே வெகு ஆழத்தில் மரங் களைக் கண்டான். அதற்குக் கீழே வீடுகள். அதற்கும் கீழே மண். அதனிடையில் பாப்பாவைப் பார்த்தான். மீண்டும் இழுத்தான். இப்போது அவன் அம்மா தொலைவில் பற்றி யெரிவது தெரிந்தது. “ஓ” எனக் கத்தியவாறு உள்ளாடையோடு ஓடினான். நடந்தான். தலையிலடித்தபடியே அழுதான். பின்

மீண்டும் அடக்கமுடியாத சிரிப்பு வந்தது. அப்படியே நடந்து தோட்டத்திற்குப் போய்விட்டான். அங்கு கட்டிலில் கிடக்கும் அப்பாவை நெருங்கிச் சென்று அணைத்தான்.

ஒன்றுக்கிருக்க புளியமரத்திற்குப் பின்புறம் வந்த பழனிச்சாமி பயந்து மிரண்டு மயங்கி விழுந்தார். அவரைத் தெளிய வைத்து கும்பலாக அங்கு வந்தபோது, கோரமாக பாப்பா இறந்து கிடந்தாள். அவள்மேல் உடலெங்கும் கால்கள் கொண்ட கம்பளிப்பூச்சி ஊர்ந்து சென்று கொண்டிருந்தது.

பக்கத்திலிருந்த தோட்டத்திலிருந்து நாய் குரைத்தது. சந்தைக்கு வந்த வியாபாரிகளும் கொள்முதல்க்காரர்களுமாக பெருங்கூட்டம் அங்கு கூடிவிட்டது. புண்மேல் ஈக்கள் மொய்ப்பதுபோல கிணற்றைச் சுற்றிலும் கூட்டம் கூடி எட்டிப் பார்த்து விழிகளை மூடாமல் நின்றது. அதிலிருந்து மேலேறிய இரும்புக் குழாயில் அவனது ரத்தம் காய்ந்து விட்டிருந்தது. நீரின்மேல் குப்புறவிழுந்து நிர்வாணமாக அவன் மிதந்து கொண்டிருந்தான்.

உயிர்மை, மார்ச் 2009

வருகை

அடிகுழாயின் கைப்பிடிமேல் அமர்ந்து அரைக் கண்ணை மட்டும் மூடி நின்று ஒண்ணு, ரெண்டு, நாலு, ஏழு என இளங்கோ எண்ணிக் கொண்டிருந்தபோதே, எளிதில் அகப்பட்டுவிடாத இருளான இடங்களை நோக்கிப் பாய்ந்துகொண்டிருந்தோம். எட்டு மணிக்கு மேல் அதில் தண்ணீர் வராது. அவனை "ஐஸ்" அடிப்ப தற்கு வாகான இடத்தில் ஒளிந்த சமயத்தில் தூரத்தில் அப்பா பீடி எரிவதைப் போலவே ஒருவர் எரிவதைப் பார்த்தேன். பகீரென்றது. அது அவரல்ல என உணர்ந்து சமனப்பட்டபோது நடுத் தெருவிற்கு அம்மா வந்து நின்று ஓங்கிய குரலில் "சேகரூ . . . ரூ . . . டேய் . . . கல்லெண்ணய வாங்கீட்டு விசுக்குன்னு ஒடியா . . . வூட்ல நெறய வேல கிடக்கு" என்றாள்.

தண்ணீரில்லாத தொட்டியிலிருந்து மெல்லக் கண்களை மட்டும் உயர்த்தியதில் அம்மாவின் பின்னால் முந்தானையை ஆட்டியவாறே விஜி நிற்பது தெரிந்தது. பதுங்கிய இடங்களை இளங்கோ அலசிக்கொண்டிருந் தான். தொட்டியைக் கைநீட்டி விஜி "சேர்ரு . . . சேர்ரு" என்றாள். துள்ளலான நடையுடன் இளங்கோ என்னை நோக்கி வந்தான். "ஏம்மா இப்புடிக் கத்தற . . . காது கேக்குதெடு" என்றவாறே இளங்கோவைக் காணாதது போல அம்மாவிடம் சென்றேன். அவன் என் முதுகில் குத்தி "ஒண்ணு . . . ஒண்ணு" எனக் குதித்தான்.

"நானு ஆட்டத்துக்கு வரல" என்றேன்.

என்னையும் அம்மாவையும் மாறி மாறிப் பார்த்தபின் "பயந்த பேடி பாப்பரான்டீ . . . எங்க வூட்டுச் சாம்பராணி" என இடைவெளியின்றிக் கூவியவாறே ஓடினான்.

கோபமாக அம்மாவிடம் திரும்பி "வெளையாடீட்டு வர்றக்குள்ள அப்புடியென்ன அவிதி உனக்கு" என்றேன்.

"நீ வர்றக்குள்ள பட்டணம் விடிஞ்சி பாழாப் போயிரும்."

"யேன் . . . நீ போனாத் தரமாட்டேனுடாங்களா?"

"அப்பறம் உன்னய என்னத்துக்குப் பெத்தது?"

"எண்ணய வாங்கத்தான் பெத்தயா?"

"ஏது? பயம் வுட்டுப் போச்சாட்டயிருக்குது . . . பதிலுக்குப் பதில் வருது . . . கம்பியக் காச்சி வாய் மேல இழுத்துறுவேன். ஜாக்கரதை!" என்றாள்.

எரிச்சலுடன் விஜியின் அருகம்புல் ஜடையைப் பிடித்து மேல்நோக்கி இழுத்தேன். சிணுங்கினாள். "போடாக் கழுவாட்டு நாயி . . . எப்பப் பாத்தாலும் புள்ளகூட ஓரியாட்டங் கட்டீட்டு" என்றாள் அம்மா.

வெடுக்கெனக் கூடையைப் பிடுங்கி "பாக்கிய நா வச்சுக்கு வேன்" என்றேன். "வந்து கைகாலக் கழுவீட்டுப் படிக்கற ஜோலியப் பாரு . . . இல்லீன்னா உங்கப்பங்கிட்ட சொல்லீரு வேன்."

அப்பாவுக்கு அவர் வரும்போது புத்தகத்தின் முன் அமர்ந் திருக்க வேண்டும்.

"என்ன, அய்யாவுக்கு ஊர் சுத்தற ஜோலியே தீராது போலிருக்கு" என்பார்.

"இல்லீங்கப்பா."

"அப்புறமெப்பிடிடா கால் முச்சூடும் புழுதியாக் கிடக்கு?" என்று கையை ஓங்கி உச்சந்தலை முடியைப் பிடிக்க ஆவேச மாக வருவார்.

தப்பித்து அம்மாவின் கால்களுக்குள் புகுந்து கொள்வேன். வெளியே இழுக்க எவ்வளவு முயன்றாலும் அம்மா தன் தொடைகளுக்கிடையே இறுக்கிக்கொள்வாள். சேலையைக் கெட்டியாகப் பிடித்துக்கொள்வேன்.

"எல்லாமும் நீ கொடுக்கற செல்ல மயிரு தாண்டீ" என அம்மாவின் முதுகில் அடிவிழும் சத்தத்தைக் கால்களுக் குள் சிக்கி நடுங்கியபடியே கேட்டிருப்பேன். இன்று சனிக் கிழமை. அப்பாவின் சம்பள நாள். பழைய சனிக்கிழமைகளின் நினைவுகள் துடிப்புள்ள மூளையின் மீது தடித்த பிரம்பால் அடிப்பதைப் போன்று தாங்க முடியாத வலியைத் தந்தவை யாக இருந்திருக்கின்றன.

வெறும் வாணலி காய்ந்துகொண்டிருந்தது. அதில் எண்ணெய் ஊற்றியதும் "புஸ்" என வந்த சத்தத்தில் சிரித்துக் கைகளைத் தட்டிக்கொண்டே விஜி, அம்மாவின் பின்னால் போய் நின்றாள். அவள் சிரிக்கையில் கண்கள் உள்ளே போய்விடும். அம்மா அவளை வளைத்து மடியில் போட்டுக்கொண்டாள். பாதியில் விட்டு வந்த விளையாட்டில் மனம் ஓடிக்கொண்டிருந்தது. சுமையாக மடியில் புத்தகம் கனத்தது. மணலை அரைத்துத் தேய்க்கும் செருப்பின் சத்தமோ ... அடித் தொண்டையிலிருந்து கோழையை இழுத்து, அதை ஓசையோடு காறித் துப்பும் சத்தமோ கேட்கிறதா எனச் செவியைக் கூர்மையாக்கிக் கொண்டேன். அவரது வருகையை முன்னறிவிப்பவையாக இவை இருந்தன. அடியைத் தவிர வேறொன்றும் அறியாத குடிகாரத் தகப்பனால் அப்பா வளர்க்கப்பட்டாரென அம்மா சொல்லி யிருக்கிறாள்.

பாதி எரிந்திருந்த கொள்ளிக்கட்டைகளை அம்மா நன்றாக உள்ளே திணித்துவிட்டாள். மஞ்சளும் செந் நிறமுமாக அடுப்பு எரிவதை விஜி கண் எடுக்காமல் பார்த்தபடி அமர்ந்திருந்தாள். அம்மா காகிதத்தை உள்ளே எறிந்தாள். நெருப்பு நீலமாக மாறிச் செந்நிறத்தோடு கலந்தது. எதையோ கூற வாயெடுத்துக் கைநீட்டி பின் அதை வாய்க்குள் வைத்து அம்மாவைப் பார்த் தாள். கடுகை அள்ளி எண்ணைக்குள் இட்டதும் 'படபட' வெனப் பொரிந்தது. இடது காலைத் தட்டி "நானு நானு" என மடியிலிருந்து திமிறித் துள்ளினாள்.

"எந் தங்கமெங்க? மயிலுக் குட்டியப் புடி... புடி... புடி..." என என்னை நோக்கினாள்.

உடனே தலைகவிழ்த்து "வையத்துள் வாழ்வாங்கு", "வையத் துள் வாழ்வாங்கு" என முன்னும் பின்னும் ஆடியபடியே குறளை மனப்பாடம் செய்ய முயன்றேன். ஒன்றையே பத்துத் தடவைகளுக்கு மேல் திருப்பிக் கூறாவிட்டால் தலையில் ஏறாது.

விஜியை வெளியேவிட்டு "டேய் இவகிட்ட விளையாட்டக் காட்டு, அதுக்குள்ள கிளறி இறக்கி வைச்சர்றேன்" என்றாள். "முட்டு... முட்டு... முட்டு" எனக் கூறியபடியே அவள் தலையில் மெதுவாக முட்டினேன். அடக்க முடியாமல் சிரித்த தில் வாயிலிருந்து நீர் ஒழுகி அவள் கைகளில் வழிந்தது. முத் தங்கள் பொழிந்து மடிமீது இருத்தி வேறு புத்தகங்களிலிருக்கும் படங்களைக் காட்டியபடியே இருந்தேன்.

எப்போதும் மெதுவாகத் தின்பது என் வழக்கம், "வளர்ற பையன் திங்கறதப்பாரு... தலைநிமிராம அள்ளி அள்ளிப்

இரவுக் காட்சி

போடுடா” என அம்மா அவளுக்கிருந்ததிலும் எடுத்து எனக்குப் போட்டாள்.

விஜி பின்னாலிருந்து காலைத் தூக்கி முதுகில் வைத்தாள்.

“பொட்டச்சிக்குக் கொழுப்பப் பாத்தயா . . . ஆம்பளப் பையன் மேலே கால ஓங்கி நிக்கறத” எனப் பட்டென அடித் தாள். அடுப்பின் தழலைக் காண்பதுபோல அம்மாவைப் பார்த்தாள். கோபத்தில் முகம் சிவந்துவிட்டிருந்தது. வீறிட்டு அழத்தொடங்கினாள்.

“ஊளை போடாத . . . வாய மூடு . . . மூடு வாய” என அவளை அள்ளி இடுப்பில் போட்டு “நா வர்றக்குள்ள வட்டல் காலியாயிருக்கோணும்” என விஜியின் வாயின் மேல் அடித்த படியே வெளியே போனாள்.

இரண்டு மூன்றுமுறை புரட்டியதும் வாயோரம் ஒழுகிய எச்சிலைத் துடைத்தபடியே கண்களைத் திறக்க முடியாமல் திறந்து எழுந்தமர்ந்தேன். கட்டிவந்திருந்த ஓட்டுப் பக்கடாவும் மிக்சரும் பிரிக்கப்பட்டு அதற்கு பின்னால் வெற்றுடலுடன் அப்பா சுவரில் சாய்ந்து அமர்ந்திருந்தார். சட்டையைக் கழட்டிய படியே வீட்டினுள் நுழைவது அவர் வழக்கம். முழுக்கைச் சட்டையை முழங்கைக்கும் மேலாக சுருட்டிவிட்டுச் சட்டை யின் முதல் பொத்தானைப் போடாமல் எப்போதும் பீடி புகைத்தபடியே இருப்பார்.

“எடுத்துத் தின்னுட்டுப் பட்றா” என்றார். நன்றாகச் சுவரில் சாய்ந்து அமர்ந்திருந்தார். கண்கள் சொருகியிருந்தன.

“பொட்டப்புள்ளீங்கற நெனப்பில்லாமக் கால அகட்டிப் படுத்திருக்கறதப் பாத்தயா” என அம்மா வேகமாக ஓடிவந்து விஜியின் கவுனை நன்றாக இறக்கிவிட்டாள்.

“புள்ளயத் தொடாதடீ . . . எங்கம்மாவே அவ ரூபத்துல வந்து எனக்குப் பொறந்திருக்கறா” எனக் கண்களை மூடியபடியே பேசினார்.

“ப்பேவ் . . .வ்” என்ற ஏப்பத்தோடு மெதுவாக நிமிர்ந்து நெஞ்சை நன்றாக நீவிக்கொண்டார். வெறும் வாயை மென்று கண்களை இறுக்கி மூடி எச்சிலை விழுங்கினார். “டாய் . . ய்ய . . . என்னிய ஒருத்தனும் அசைக்க முடியாது” எனக் கட்டை விரலைத் தூக்கி ஆட்டிக் காட்டினார். அது எதிர்ச் சுவரில் பூதாகரமான நிழலாக அசைந்தது. மீண்டும் தரையில் கையூன்றி ஏப்பத்துக்கு முயன்றார். கொசுக்கள் அவர் உடலைச் சுற்றிவந்து அமர்ந்தன.

“ங்கோத்தா ... கான்ட்ரேக்ட் தாயோளி. டேய் ... சுண்டக்கா சைஸ் இருக்குமாடா உன்னோடது. நானு மிஷினேறித் தைக்க வந்து பதினஞ்சு வருஷங்கழிச்சுத் தாண்டா நீயி உங்கம்மாவோட கால்வழியா வந்திருப்ப ... நாந் தைச்ச பீஸ மிஸ்டேக்குங்குறயா திருட்டுத் தேவிடியாப்பையா டேய் ...” என ஆவேசமாகக் கத்தினார்.

“கொழந்தைக இருக்கைல விவஸ்தையோட பேசுறயா” என்றாள்.

“உங்கூட்டுக்குக் குப்பைகூட்ட வந்தவன்னு நெனச்சயா ... நீயி நானுங்கற ... மரியாதையாப் பேசு. இல்லீன்னா பல்லப் பேத்துருவேன்” என முஷ்டியை ஓங்கினார். அம்மாவின் பின்னால் நெஞ்சு உதற மூத்தரப்பை கூசும் அளவிற்குப் பயந்து நின்றிருந்தேன்.

“ரேட்டுக் கட்டாதுன்னா பீசுக்கு ஐஞ்சு பைசாவக் கம்மி பண்ணு ... பத்துப் பைசாவ ... ஏன்டா களவாணித் தாயோளி கம்மி பண்ற? ஏன்னு கேட்ட எம் பீஸ மிஸ்டேக்குங்கற” என மூச்சுவாங்கினார்.

“கைகாலெல்லாம் அத்துப்போச்சுடா ... எட்டு வயசுலேர்ந்து தைக்கறன்டா ... கூலியத் திருடி மலையாளச்சிக்குப் புடவ எடுத்துத் தர்றயா ... கேப்மாரித் தாயோளி. நீ நாசமாப் போயிருவேடா” எனத் தரையில் ஓங்கி அடித்தார்.

“ஏட்டா ஏட்டான்னு அவ கூப்பிட்டதும் ஒண்ணுந் தெரியாதவன் மாரி ஸ்டோர் ரூமுக்குள்ள போய் அவ மேல ஏர்றான். அவோ முதலாளியோட எச்சையடா. எச்சக்கலைத் தாயோளி” எனக் கத்திவிட்டு அமைதியாகக் கிடந்தார்.

“உன்ற மொதலாளியோட பூர்வீகந் தெரியுமாடா? பீஸத் திருடி வித்தான். செகன்ட்ஸ் பீஸ் யேவாரியக் கைக்குள்ள போட்டுக்கிட்டுக் கமிஷன் அடிச்சான். எங்கிட்ட ‘அண்ணே, அண்ணே’ன்னு ஓசி பீடி வாங்கிக் குடிச்சவன்டா அந்தத் திருட்டு முண்ட மவன்.”

“உனக்குக் கைலாகிலீன்னா அவன யேன் கரிச்சுக் கொட்டற” என்றாள்.

“அடுத்தவனோட பொழப்ப எனக்குக் கெடுக்கத் தெரிலீயே ... அடுத்தவங் குடியில மண்ண அள்ளிப் போட்டவன் ... நம்புனவுங்களுக்குத் துரோகம் பண்ணவனெல்லாம் இன்னிக்குப் பனியன் கம்பெனி முதலாளி ... அவனுக்கு கார் ... பங்களா ... கூத்தியா ... அவனோடத ஊம்பறததுக்கு இவன மாரி சுத்தியும் பத்துப் பேரு ... த்தூ ... மானங்கெட்ட நாய்களா.” எச்சில் சுவற்றில் விழுந்து வழிந்தது.

விஜி பயந்து அழுதது. "தூக்கீட்டு வெளியில போயிட்டு வா" என அம்மா அழுதுகொண்டே எடுத்து வைத்திருந்ததை அப்பாவுக்குத் தட்டத்தில் போட்டாள். நடுநிசியில் வெளியே வந்தேன். பெட்டை நாயின் பின்னால் "உர் ... உர்" என நான்கைந்து ஆண் நாய்கள் ஓடிக்கொண்டிருந்தன.

வீடெங்கும் உப்புமா சிதறிக் கிடந்தது. முழங்கையை ஊன்றித் தலை தொங்கிப்போய்க் கிடந்தார். அவர் வாயிலிருந்து நூல்போல எச்சில் தரைக்கு இறங்கிக் கொண்டிருந்தது. அம்மா, பொறுக்கி கூட்டியெடுத்துக் கொண்டிருந்தாள். அவள் முகம் செத்துப்போயிருந்தது.

"மொதலாளி வந்தா அவனோட வயிறுவரைக்கும் குனியற நாய் மாரிக் குறுக்கீட்டுப் பதில் சொல்ற ... காசு வேணும்னா அவனோடதப் புடிச்சுச் சப்புடா நீயி ... எங்க பாவத்தை ஏன்டா கொட்டிக்கற ... வூட்டுக்கு வந்தா இந்தப் பாழாப் போன முண்ட ரவயக் கெளறி வைச்சிருக்கறா ... ஏ நல்லதையெல்லாம் கள்ளப் புருஷன் வந்து மேஞ்சுட்டுப் போயிட்டானான்னு கேக்கறன்."

"மயிரப் புடுங்கி .. வாய மூடறயா ... இந்த எளவெடுத்த தண்ணி உள்ள போச்சுன்னா, புத்தி ரோட்ல கெடக்கறதயா திங்கப்போயிருச்சு" என்றாள் அடக்க மாட்டாத கோபத்தோடு.

எழ முடியாமல் எழுந்து முதுகில் ஓங்கி உதைத்தார். "குப்" எனச் சத்தம் கேட்டது. "அம்மா ... அம்மா" என முனகிச் சுவரோடு விஜியைப் பிடித்தபடி நின்றேன். அவள் அழுது அழுது சோர்ந்துபோயிருந்தாள்.

"கொன்னுரு ... பாவி ... என்னயக் கொன்னு போடு. இந்த நரகத்துலேர்ந்து அப்பத்தான் விமோசனம் கிடைக்கும் போலிருக்கு" எனத் தலையில் அடித்துக்கொண்டு அழுதாள். முடிகள் முகத்தின் மீது கலைந்து விழுந்துகிடக்க, மூக்கிலிருந்து நீர் ஒழுகியபடியே இருந்தது.

அவர் மீண்டும் அடிக்க எழுந்து ஒரு படத்தைக் கண்டு சற்று நின்ற பிறகு அப்படியே நெடுஞ்சாண் கிடையாக விழுந்தார். அங்கு மஞ்சள் கோட்டும் மஞ்சள் பேண்டும் அணிந்து நடுநெற்றியில், சுருட்டிவிடப்பட்டிருந்த முடி விழுந்திருக்க, இடுப்பில் கைவைத்துப் புன்னகையுடன் நிற்கும் எம்.ஜி.ஆரின் "நல்லநேரம்" படம் மாட்டப்பட்டிருந்தது.

"அனாதையா வுட்டுட்டுப் போயிட்டியே தலைவா ... அல்லாரும் ஏமாத்து நாயிக ... ஒன்னக் கொடுத்து ஒம்பதச் சுருட்டிக்கறவனுங்க ... தர்மம் தலகாக்கும் சொன்னியே உன்னயக் காக்கலயே ..." எனத் தலையைத் தரையில் அடித்துக் கதறினார்.

“ரோஸ் கலர்ல ‘அன்பே வா’ – ல வந்து நின்னயே ... அய்யோ அத்தனையும் மண்ணு தின்னு போடுச்சே ... பரட்டைத் தலையோட சிகரெட்ட, நாயி பிஸ்கோத்தக் கவ்வற மாரி வாயில கவ்வறவனெல்லாம் தலைவனா ... இந்தக் காலக் கொடுமையக் கண்டு எங்க போய் முட்டிக்கிட்டு அழுகற துண்ணே தெரியிலியே...” என்றபடியே எழுந்து எம்.ஜி.ஆரின் படத்துக்கு முத்தம் தந்துவிட்டு ‘பேவ் ...வ்’ என ஏப்பமிட்டு “மன்னிச்சுக்க ... தெய்வமே ... மன்னிச்சுக்க ... தெரியாமக் குடிச்சுப் போட்டேன். இனிமே குடிச்சுட்டு உம் பக்கத்துல வர மாட்டேன்” என எம்.ஜி.ஆரின் காலைத் தொட்டு கண்ணில் ஒற்றிக்கொண்டார்.

அம்மாவைப் பார்த்தேன். தலையில் கைவைத்து வெறித்துப் பார்த்திருந்தாள்.

“அந்த மலையாளச்சியும் உன்ன மாதிரித்தான் தலைவா. எடுப்பான கலரு ... அவ கண்ணிருக்கே ‘சிலுக்கு’ மாதிரி. அதப் பாத்தாவே மப்பு வந்துரும். ஒரே முந்தானைல முதலாளியை யும் அவம் பையனையும் கான்ட்ராக்ட்காரனையும் வளைச்சிருக் கான்னா சும்மாவா ... இல்ல நாங்கேக்கறன்.”

தள்ளாடியபடியே வந்து அம்மாவின் சேலையைப் பற்றி இழுத்தார்.

“ச்சீய் ... அந்தால போ” எனச் சீறினாள்.

திரும்பி நின்று “நானென்ன செவுத்துலயா தேய்ச்சுக்கறது” என்றார்.

“அய்யோ ... சண்டாளா குழந்தீகள வச்சுட்டு இப்புடிப் பேசுறியே ... இந்தத் தங்கங்களை எப்படிக் கரைசேத்தப் போறேனோ? இதுக உன்னோடது, நீதான் காப்பாத்தி ஒப்பேத் தணும்” எனக் கடவுளின் படத்தின் முன் இயலாமையுடன் கண்ணீர் பெருக முறையிட்டு நின்றாள். அம்மா பிறந்ததிலிருந்து வேலையைத் தவிர வேறொன்றையும் அறிந்தவளல்ல. வாய் ருசித்து வயிறு நிறையத் தின்றவளுமில்லை. அவளது கல்யா ணத்திற்கு முந்தைய மதியம்கூட எருவுக்காக சாணம் அள்ளச் சென்றதாகக் கூறியிருக்கிறாள். விஜியைக் கொஞ்சும்போது மட்டும்தான் அவள் சிரிப்பதைப் பார்த்திருக்கிறேன். விஜி துவண்டுபோய் அசதியில் உறங்கிவிட்டிருந்தது.

ஏப்பம் நடுவழியிலேயே தங்கி அப்பாவின் நெஞ்சு அடைத் துக்கொண்டது. “டேய் சேகரு ஏறி மிதிடா” என ஈனஸ் வரத்தில் கூறிவிட்டு குப்புறப்படுத்துக் கொண்டார். அவர் முதுகில் ஏறிக் கழுத்திலிருந்து இடுப்புவரை நடந்தபடியே

மிதித்தேன். "தம்பி மெதுவா மிதி" என அம்மா அருகில் வந்து சொன்னாள். வாயிலும் பின்பக்கத்திலும் காற்று மாறி மாறி வெளியே வந்தது. திடீரென அப்படியே புரண்டார். கீழே விழாமல் சுவரைப் பிடித்துக்கொண்டேன்.

"நார்த் ஃபூல எடுடா" என்றவாறே அமர்ந்து மீண்டும் எச்சிலை விழுங்கினார். அவர் பாக்கெட்டில் தேடினேன். பாபின்களுக்கும் நூல்களுக்கும் இடையில் இரண்டு துண்டாக அது கிடைத்தது. உடைக்காத பீடிக்கட்டும் சில பத்து ரூபாய்த் தாள்களும் இருந்தன. நூறு ரூபாய்களை அவர் உள்பாக்கெட்டில் தான் வைத்திருப்பார். பொத்தானை விலக்கி அதிலிருந்து அம்மாவுக்குப் பணம் எடுத்துத் தருவதைப் பலமுறை கண்டிருக்கிறேன். அவர் அண்டர் வேரில் லாட்டரிச் சீட்டுகள் இருப்பதையும் பார்த்திருக்கிறேன்.

பெருங்குரலெடுத்து "வாங்கீட்டு வாடா" என்றதும் தரையில் சரிந்தார்.

"தம்பி பாத்துப் போ . . ." எனச் சொல்லிவிட்டு வெளியே வந்து நான் போவதையே பார்த்து நின்றாள்.

இரண்டாம் ஆட்டம்விட்டுக் கூட்டம் கலையும் வரைக்கும் சில கடைகள் அடைக்கப்பட்டிருக்காது. போகும் வழியில் சாத்தப்பட்டிருந்த கோவில் முன் நின்று "இனிமேல சனிக் கிழமையே வரக் கூடாது" என அழுதுகொண்டே வேண்டிக் கொண்டேன். ரோட்டோரத்தில் அப்பாவைவிடவும் வயதான, தலையெல்லாம் வெளுப்பேறின ஒரு ஆள் முனகியபடியே போதையில் புரண்டுகொண்டிருந்தார். இன்னுமொருமுறை திரும்பினால் சாக்கடைக்குள் விழுந்துவிடுவார் எனத் தோன்றியது. கடைக்காரனுக்கு அவர் வேடிக்கைப் பொருளாக இருந்தார். திரும்புகையில் "அந்த அய்யா வூட்டுக்கு நல்லபடியாப் போயிரோணும் சாமி" என்று மனத்திற்குள் கூறியபின் நிற்காமல் வீட்டிற்கு ஓடினேன். சிகரெட்டை அடுப்புத்திட்டுமீது வைக்கையில் வீட்டின் பாதியளவிற்கு வாந்தி நிறைந்திருந்ததைப் பயத்துடன் பார்த்தேன். இடுப்பில் வேட்டியின்றி "ஓவ் . . ." என எக்கிச் செம்மண் நிறத்தில் மீண்டும் அதன் மேலேயே வாந்தி எடுத்தார். விஜி மணிக்கட்டால் மூக்கைத் தேய்த்தபடி புரண்டு படுத்தது. இருளில் நிற்கும் சிலைபோல உணர்ச்சியற்ற முகத்துடன் குடத்திலிருந்த தண்ணீரை எடுத்து அதன் மேல் வேகமாக ஊற்றினாள் அம்மா. கட்டுப்படுத்த முடியாமல் என்னைக் கட்டிக்கொண்டு "ஓ" வெனக் கதறி அழுதாள்.

"எஞ்செல்வமே . . . இப்படிப்பட்ட மனுஷனோட இந்த உலகத்துல எப்புடிப் பொழைக்கப் போறேன்னே தெரியலயே"

என வயிற்றில் அடித்து அழுதாள். விஜி கால்களை அசைத்ததும் வாயைப் பொத்திக்கொண்டே வெளியே ஓடினாள்.

அப்பா சோர்ந்துபோய்க் கைகால்களை விரித்தபடி சுவரில் நன்றாகச் சாய்ந்துவிட்டிருந்தார். விளக்குமாறு கொண்டு நீர் ஊற்றிக் கழுவுகையில் அது அப்பாவின் காலடியில் போய்த் தேங்கி நின்றது. அம்மா தலைதூக்கிப் பார்த்தாள். அவர் அமர்ந்தபடியே வாய் திறந்து குறட்டையிட்டுக்கொண்டிருந்தார்.

காலச்சுவடு, மே 2009

மேய்ப்பர்கள்

எலிசபெத்துக்கு வலி எடுக்கத் தொடங்கியவுடன், தேவாலயத்தின் திசைநோக்கி நின்று சிலுவைக்குறியிட்டுக் கொண்டபிறகு, தாமஸைக் கூட்டிவர இருதயராஜ் வெறிகொண்டவனைப்போல ஓடினான். மழை விட்டுவிட்டு ஆனால் கனமாக பெய்துகொண்டிருந்ததால், மூன்றாம் நாளே திரையரங்கு வாசல் வெறிச்சோடி விட்டிருந்தது. அவன் படிக்கட்டின் அடியில் ஒதுங்கி வெற்றுக் குச்சியைக் கடித்தபடியே, வண்டிகளின் பின்னாலேயே ஓடி, “டிக்கெட் சார்... சார்... சார்... குட் மூவி சார்... அண்ணங்கிட்ட சொல்லுக்கா” என அவர்களின் பின்னாலேயே சென்றான். ஆரோக்கியத் திடம் ஏச்சும் பேச்சும் பெற்று கடன் வாங்கி டிக்கெட்டு களை வாங்கியிருந்தான். காதலர்களும், மணமான இளஞ்சோடிகளும்தான் அவனது முதல் இலக்கு. மறு பேச்சின்றி அவன் கையில் ரூபாய்களை அவர்கள் திணிப்பார்கள். “வளர்ந்த கழுதைகள்ல ஒண்ணக்கூடக் காணமே” எனத் தனக்குள்ளாக கூறிக்கொண்டான். ஆரோக்கியம் ரோட்டோர பீஃப் பிரியாணிக் கடை வைத்திருக்கிறாள். அங்கு இட்லிக்கு அவள் வைக்கும் குடல் கறியைத் தின்ன கூட்டம் முண்டும். அகலமான பெரிய முக்காலியில் அமர்ந்திருப்பாள். கரும்பாறைமீது மழை பெய்து ஓய்ந்து நீர் வடிவதுபோல அவள் உடம் பிலிருந்து வியர்வை வழியும். தாமஸோடு எப்போதும் மல்லுக்கு நிற்கும் அவளது மகன் சில்லறைத் தகரா றொன்றால் சிறையிலிருப்பது அவன் பயத்தை சற்றே தணித்தது. அவளுக்குத் திருப்பித்தர தாமதமானால் பச்சைப்புண்மீது சூடு போடுவதுபோல வார்த்தையிடு வாள். “த்தூத் தெரி” என மழைமேல் காறித்துப்பினான்.

ஈருயிராகக் கிடக்கும் எலிசபெத்துக்கு ஏதேனும் வாங்கிப் போகவாவது பணம் சிக்கினால் தேவலாம் போலிருந்தது. அம்புரோஸ் ஃபாதரைக் கேட்டால் தட்டிக் கழிக்காமல் பணம் தருவார் என யோசனை ஓடியது. காலையிலிருந்தே ஒன்றும் தின்னவில்லையென்பது அவன் கால்கள் சோர்ந்த போது நினைவுக்கு வந்தது. விழுங்க எச்சிலும் தீர்ந்துவிட்டிருந்தது. "ஏத்தம்னு ஒன்னு இருந்தா எறக்கம்னு ஒன்னு இருந்துதான் தீரும்... வுடுமாப்ள" என மோகன் வந்து தோளில் கை போட்டான். தீபாவளிக்குக் கிட்டிய பணத்தில் தாமஸ் குடிசை கட்டிக்கொண்டதைக் கூறுகிறான். நீளம் குறைவான காரை நிறுத்துமளவிற்கு அக்குடிசையின் அகலமிருந்தது. கண் அடித்து "ஒரேயொரு கட்டிங் மட்டும் மிச்சமிருக்குடா" என வெற்றிலைச் சாறு சுவரெங்கும் ஒழுகிக் காய்ந்து கிடந்த பெண்கள் கவுன்ட் டருக்கருகாகக் கூட்டிப் போனான். தாமஸின் வாயைச் சுற்றிலும் வெள்ளை படர்ந்திருந்தது. அவன் பின்கெண்டைச் சதையிலும் சட்டையின் முதுகுப் பக்கமும் உப்புகரித்து வியர்வை காய்ந்து வெள்ளைக் கோடாகப் பரவியிருந்தது. வாகனத்திற்கு டோக்கன் போடும் கிழவன் அவனையே இறஞ்சும் கண்களால் பார்த்து நின்றிருந்தான். மழைத்துளியொன்று அம்மதுவில் விழுந்ததைக் கண்டதும் தாமதிக்காமல் உள்ளே கவிழ்த்துக்கொண்டு முகச் சுளிப்போடு வாயைத் துடைத்து, அக்கிழவனை நோக்கி தாமஸ் நடுவிரலை வாயினுள் நுழைத்து "ஊ" என கத்திச் சிரித்தான்.

அவனுக்குக் குடல் கரைந்து விடுவதுபோல வயிறு எரிந்தது. உடம்பை உலுக்கி சமநிலைக்கு வர முயன்றான். அதுவரை தூறல் போட்டபடியிருந்த ஆகாயத்திலிருந்து வந்தது தெரியாமல் வந்து கருணையின்றி மழை கொட்டத் தொடங்கிற்று.

"வூட்டுக்குச் சாமான் வாங்கக்கூடக் கலெக்‌ஷன் ஆவலடா மோகா... இந்தக் கேணவாபுழுத்தி படமும் ஊத்திக்கிச்சாட்ட யிருக்குது. மழ வேற இப்புடி ஊத்துது" என்றான்.

"டேக்குட்டீஸி ஊர்வசி" என ஆடியபடியே கைநீட்டி "ஒனக்கு உயிரக்கூடக் கொடுப்பான்டா" என சட்டையை நெஞ்சைப்பிளப்பதுபோல இழுத்தான். இருவர் மீதும் மழை உக்கிரமாக மோதித் தெறித்து விழுந்து குமிழ்களாகி உடைந்து ஓடியது. பூட்டும் சங்கிலியும் இரும்போடு மோதும் ஒலி தாமஸுக்கு லேசாகக் கேட்டது. குள்ளமான இருதயராஜ் ஏறமுடியாமல் பின் கேட்டைப் பிடித்து ஆட்டிக்கொண்டிருந் தான். தாமஸ் அவனது செய்தியை இங்கிருந்தே அறிந்துகொண்டு விட்டான். மோகனிடமிருந்து இரண்டு பத்து ரூபாய் நோட்டு களை – அவனிடம் அவ்வளவுதான் இருந்தது – எடுத்துக்கொண்டு கேட்டை எகிறிக்குதித்து ஓடினான். "ஊர்ர்ர்...ர்வ...சி...

ஊர்...வசின்னா யாருன்னு தெரியுமாடா” எனப் புலம்பியவாறே படிக்கட்டில் அவன்மேல் மழை கொட்டுவது தெரியாமல் மோகன் அலங்கோலமாகக் கிடந்தான்.

அவளுக்கு முதற் பேறு இது. “கர்த்தருக்கு ஸோஸ்தரம்” என ஓடும்போது ஜெபித்துக்கொண்டான். அதற்கு முன்னரே அவள் கருத்தரித்திருக்கிறாள். அவளுடனான தகராறொன்றில் கோபமாக, “நீயென்னடீ சொல்லி நானென்னடீ கேக்கறது” எனத் தள்ளினான். அவள் கால் இடறிக் குப்புற விழுந்து துடித்துக் கதறினாள். பக்கத்துக் குடிசையிலிருந்தவர்கள் அவளை அள்ளித் தூக்கியபோது அவளுக்கடியில் ரத்தம் கட்டி போலத் தேங்கி நின்றது. அவனது அம்மா வந்து முடியைப்பற்றி முதுகில் ஓயாமல் குத்தியபோதும் பதிலில்லாமல் எழுந்து சென்று மரியபுஷ்பத்தின் குடிசைத் திண்ணையில் படுத்து சத்தமின்றி அழுதான். எலிசபெத்தின் ஓலம் வெகுநேரம் கேட்டபடியிருந்தது. பல நாட்கள் தலைகாட்டாமல் இருதயத்தின் குடிசைக்குள் முடங்கிக் கிடந்தான். மரியம் வந்து அவனை அதட்டி எலிசபெத் திடம் இழுத்துச் சென்றாள். அதற்குள் எலிசபெத்தின் கோபத்தை மரியம் பேசிப்பேசி சரிக்கட்டிவிட்டிருந்தாள். ஆரோக்கியத்தின் முதல் கணவனுக்குப் பிறந்தவள் மரியபுஷ்பம். எலிசபெத் சொல்லி அவளது குழந்தைகளைப் படிக்க அனுப்பி சிறுகச் சிறுக அந்தப் பகுதி முழுவதும் பள்ளிச் சீருடைகள் தென்படக் காரணமாகயிருந்தவள். அவர்களின் திருமணத்திற்கு முன்பே தாமஸுக்கும் மரியத்திற்கும் அந்தரங்கமான உறவு இருந்தது. மரியம் அவனை விடவும் கூடுதல் வயதுடையவள். பின்னும் அது அவ்வப்போது தொடரும். அவளது கணவன் தேவசகாயம் இரும்புத்துண்டுகளும் அட்டைப்பெட்டிகளும் காலிபாட்டில் களும் பொறுக்கப்போய் குடியுடன் திரும்பி வந்த பின் ஆரோக்கியத்தின் கடைக்கு எடுபிடியாக இருவரும் போய் சேர்வார்கள். ஒரு முறை போதையில் தாமஸை வசவு வைத்து வம்புக்கிழுக்க, அவனைத் தாமஸ் புரட்டி எடுத்தான். அதன் பின் எங்கு கண்டாலும் அவன் தாமஸுக்கு சலாம் வைக்கத் தவறுவதில்லை. மரியம் தலையிலடித்துக்கொண்டு சிரிக்க சகாயம் வெட்கத்தில் தலைதிருப்பிக் கொள்வதைக் கண்டதும் தாமஸ் அவளை நோக்கிக் காலரைத் தூக்கிவிட்டு கண்டிப்பான். மரியம்தான் இருதயத்தை அனுப்பியிருக்க வேண்டும்.

அருவி கொட்டுவதுபோல மழை திரண்டு உக்கிரமாக பலத்த காற்றோடு இடைவெளியேயின்றி பெய்துகொண்டிருந்தது. அதற்கெதிராக ஓடியபோது கன்னச்சதையில் ஊசிகள் போல அவை குத்தி வழிந்தன. வெகு தொலைவிலேயே குடிசைகள் நீரில் மூழ்கிக்கொண்டிருப்பதைக் கண்டான். இந்த வெள்ளிக்

கிழமை ஃபாதர் வராவிட்டால் பணத்திற்கு? இதை மறக்க முன்னிலும் வேகமாக ஓடினான். முழுங்காலளவுக்கு நீர் மேலேறி வந்து கொண்டிருந்தது. நகரின் சுற்று வட்டத்திலிருக்கும் அத்தனை குப்பைக் கூளங்களும், பயன்படுத்தி கேட்பாரின்றி எறிந்த சகல கசடுகளும், மலமும், பெருக்கெடுத்த வெள்ளத்தில் அடித்து வரப்பட்டுக்கொண்டிருந்தது. பல குடிசைகள் காலியாகிக் கைவண்டியில் பாரங்கள் ஏற்றப்பட்டுக்கொண்டிருந்தன. பலரும் தடுமாறி நீரினுள் விழுந்து கலவரப்பட்ட முகத்துடன் எழுந்து மேட்டிற்குச் சென்றுகொண்டிருந்தனர். வேகமாக ஓடிய ஆண்களின் தோள்களில் அவர்களின் தலை முடியை இறுகப்பற்றி அமர்ந்திருந்த குழந்தைகள் பீதியில் வெடித்து அழுவதும், சுற்றியிருப்பவர்களின் கோரத்தைக் கண்டு சலனமற்று உறைந்து விடுவதுமாக இருந்தன. ஸ்டவ்களும், மண்ணெண்ணெய் டின்களும், துணிமூட்டைகளுமாக கிழங்கள் சுமையை பெண்களின் தலையில் ஏற்றிவைத்துக் கொண்டிருந்தன. கனமில்லாத பலகைமீது இயலாதவர்களை அமரவைத்து சகாயம் தள்ளிக்கொண்டு வந்தான். "சகாயம், சகாயம்" எனக் கத்தினான். அவனைக் கண்டதும் முகத்தில் விழும் மழைநீரைத் துடைத்தபடியே "அங்க போ" எனக் கை நீட்டினான். பாரங்கள் ஏற்றப்பட்டிருந்த அந்தக் குவியல்களுக்கிடையிலிருந்த அணைக்காத வானொலியிலிருந்து, "புத்தன், யேசு, காந்தி பிறந்தது" ஒலித்துக் கொண்டிருந்தது. சாதாரண மழையில் தேங்கி நிற்கும் சேற்றில் குதித்து ஆடும் குழந்தைகள் இப்போது ஒடுங்கி வண்டியிலிருந்து எதுவும் விழாமலிருக்க அதைப் பிடித்தபடியே மிரட்சியோடு அமர்ந்திருந்தன. ஆரோக்கியம் தன் தொழிலை நாசம் செய்த மழைமீது சகிக்காத வசவுகளைப் பொழிந்துகொண்டிருந்தாள். அவள் தாமஸைக் கண்டதும் "பிலோமீனா... உன்ற பைய்யன் வந்துட்டான்" என்றாள் ஓங்கிய குரலில்.

வெள்ளத்துக்குப் பயந்து குடிசைச் சுவரோடு ஒட்டி நடுங்கியபடி அம்மா நின்றுகொண்டிருந்தாள். அவனைக் கண்டதும் கையைப் பற்றி மழைநீர் குறைவாக நுழைந்திருந்த சிறுசந்திற்குள் இழுத்துப் போனாள். அங்கு இரும்பு பக்கெட்டை குப்புறப்போட்டு அதன் மேல் முந்தானையில் முக்காடிட்டு கால்மாற்றி மாற்றி எலிசபெத் நின்று கொண்டிருக்க, மரியம் அவள் கை பிடித்து தேய்த்து விட்டுக்கொண்டிருந்தாள். வலியால் துடித்துக்கொண்டிருந்த எலிசபெத், தாமஸைக் கண்டதும் மெதுவாச் சிரிக்க முயன்றாள். அவளை அப்படியேத் தூக்கிக் கொட்டும் மழையில் கால்களால் நீரைத் துழாவி எட்டு வைத்து கர்த்தரை ஜெபித்தபடியே "ஒண்ணுமில்ல, ஒண்ணுமில்ல" என அவள் காதுக்குள் பதட்டத்துடன் கூறியவாறே, மேலேறிச்

சென்றான். வழியில் இரண்டு குடிசைகளின் மண்சுவர்கள் அப்படியே சரிந்தன. காலின் மீது பெருக்கானோ, விஷ ஜந்துவோ ஏறி இறங்கிற்று. சட்டென ஒதுங்கி நின்றான். எங்கிருந்தோ டயர்களும் பிளாஸ்டிக்குகளும் மலத்தோடு கலந்து வந்துகொண்டிருந்தன. அவளுக்கு ஜன்னி வந்ததுபோல பற்கள் கிட்டித்தன. அவன் எதுவுமே உண்ணாததால் எலிசபெத் பெரும் பாரமாக கனத்தாள். மரியம் குடையை அம்மாவின் கைக்கு மாற்றினாள். அவனுக்கு அவளது குழந்தைகளின் நினைவு வந்தது. கழுத்தைத் திருப்பி வாயெடுத்தபோது, "உன்ற சாமானெல்லாம் கட்டி வச்சிட்டேன். ஜல்தியா போ... பக்கத்துல இருக்கிற இஸ்கூலுக்கு வந்துரு. அல்லாரும் அங்கதான் போறம்" என்றாள்.

கைவண்டியின் தள்ளாடும் பலகை மேல் எலிசபெத்தை படுக்க வைத்து அம்மாவை ஏற்றி இருதயத்திடம் குடையைக் கொடுத்துப் பிடித்து வரச்சொல்லி அந்தப் பேய்மழையில் அழுதபடியே தாமஸ் இழுத்துப் போனான். சாலையோரங் களில் தேநீர் அருந்தி நின்றவர்கள், மழைக்கு ஒதுங்கிய வழிப் போக்கர்கள், அழைப்பு வராமலும் அழைக்க முடியாமலும் கோபுரங்கள் செயலிழந்த எரிச்சலில் நின்றுகொண்டிருந்த கைபேசியாளர்கள், அக்காட்சியைக் கண்டு ஒரு "உச்" கொட்டித் தங்கள் அனுதாபத்தை வெளிப்படுத்திய பின்னர் மனித வாழ்க்கைப் பற்றிய அவர்களின் வழக்கமான தத்துவங்களுக்குள் உற்சாகமாக நுழைந்தனர். பிலோமினா தன் முந்தானையை அவளுக்குப் போர்த்தி தன் உள்ளங்கைகளை நன்றாகத் தேய்த்து அச்சூட்டை அவள் நெற்றியிலும், கன்னத்திலும் வைத்தபடியே "வந்துட்டம் வந்துட்டம்" என்றாள். பெரியாஸ்பத்திரிக்குள் வேகமாக நுழையும் கைவண்டியைக் கண்ட காத்திருந்த நோயாளிகளும் அவர்களது உறவினர்களும் எழுந்து மழைக்குள் இறங்காமல் வேடிக்கை கண்டனர்.

தாமஸ் அவளை அப்படியே தூக்கி "சார்... சார்..." எனக் கத்தியபடியே ஓடினான். பிலோமினா "பாத்துடா... பாத்துடா... வழுக்கப்போவுது" எனப் பின்னாலேயே சேலையை முழங்காலளவுக்குத் தூக்கிப்பிடித்து மூச்சுவாங்க நடந்தாள்.

படியேறும் பெண்ணைக்கண்டதும் "மாடம் மாடம்" எனக் கூவினான்.

"ஐய்யோ" என அலறி அச்சொல்லை அவளே கேட்க விரும்பாதவள் போல, காதுகளைப் பொத்திக்கொண்டு கீழே வந்து 'துளசி' எனக் குரலிட்டாள். அசைவேதுமின்றி அவன் கைகளின் மேல் எலிசபெத் கிடந்தாள். ஊசி இட்டதும் சிறு முகச்சுழிப்போடு தலையணைக்குள் அவள் தலை புதைவதை

தாமஸ் கண்டான். அவள் உடல் நடுக்கம் குறைவதையும் அவன் பார்க்கத் தவறவில்லை.

பிலோமினாவை நோக்கி "மாத்து சேலை இருந்தா கட்டிவுடு... ஈரத்துணியோட கிடந்தா மறுக்காவும் ஜன்னி வந்துரும்" என்றாள். அவள் தாமஸைப் பார்த்தாள்.

அவன் வெளிவந்தபோதும் மழை நின்றிருக்கவில்லை. அழுதபடியே எழுந்து தாமஸின் கையைப்பற்றியபோது அவன் அம்மாவைக் காணவிரும்பாதவன்போல தலை கவிழ்ந்து கால் நகங்களை பார்த்தபடியிருந்தான். கீழே அமர்ந்திருந்தப் பெண் தன் பையைத் திறந்து "இந்தாம்மா கொண்டுபோய் மாத்திவுடு" என்றாள். அம்மா அவள் காலில் அப்படியே விழுந்து "இயேசுவே" என்றாள்.

நர்ஸ் வெளியே வந்து, "ஒடம்புல ரத்தமே இல்ல, தெம்பும் இல்ல. அறுத்தெடுத்தா போய்ச் சேர்ந்துருவா... இதுக்கு நல்லதும் கெட்டதும் வாங்கிக் கொடுக்காம நீயே தின்னுதின்னு மாடுமாறி வளந்திருக்கயே" என்றாள்.

எலிசபெத் கடைசியாக நேற்று மதியம் மரியம் தந்த இரண்டு வறண்டுபோன தோசைகளை மெல்ல முடியாமல் நீரைக் குடித்தபடியே விழுங்கியதுதான். அவன் அம்மா அவளிடம் நகர்ந்து "குலுக்கோஸ் கிலுக்கோஸ் ஏத்துனா தெம்பா இருக்குமல்லங்க" என மெல்லிய குரலில் பயத்துடன் சொன்னாள்.

"சோத்துக்கு வக்கில்லீன்னாலும் யோசனைக்கொன்னும் குறைச்சலில்லே. ஏன் அவ உயிரோட இருக்கா. அதய ஏந்தி குளிர்லயே சாக அடிக்கலாம்னு பாக்றயா" என நர்ஸ் சத்தம் போட்டதும் அம்மாவை இழுத்துக்கொண்டு தாமஸ் வேறு பக்கம் சென்றான். "பெரிய டாக்டரே கம்முன்னு இருக்கீலே இவ ஏன் இப்புடிக்குதிக்கறா" என பிலோமினா அவனிடம் தேனீர் குடிக்குமிடைவெளியில் சொன்னாள். இருட்டிக்கொண்டிருந்தது. "பாத்துக்கோம்மா" என அம்மாவின் கையில் பத்து ரூபாயைத் திணித்துவிட்டுச் சென்றான்.

அம்மாவின் தம்பி பெண்தான் எலிசபெத். மாமா தன் குடியால் குடல் வெந்து பெரியாஸ்பத்திரியில் உயிருள்ள எலும்புக்கூடுபோல வற்றி மெலிந்து மூலையில் சுருண்டு கிடந்தார். உடம்பிலிருந்து நாவிற்கு ஒரு சொல்லைத் திரட்டி எடுக்க அவர் கொண்ட போராட்டத்தைக் கண்டு அவர் வார்டு முழுவதும் 'உச்' கொட்டி நகர்ந்தது. ஓயாமல் அழுத படியே அருகில் நிற்கும் எலிசபெத்தைக் காணும் தோறும் அவர் கண்களில் கண்ணீர் நிற்காமல் வழிந்தது. அம்மா புரிந்து

கொண்டு "ஏன்டா கேனயனாட்டம் அழுகற. அம்மா இல்லாத புள்ளய அப்படியே உட்ருவோம்ன்னு நெனச்சயா" என தாமஸைப் பார்த்தாள்.

அவர் தன்னைச் சுற்றிலும் நிற்கும் மூவரையும் பார்த்து வலியை மறைத்து சிறு புன்னகையை உதிர்த்தார். அதற்கடுத்த சில மணிநேரத்திற்குப் பிறகு கர்த்தரின் இராஜ்யத்தில் அவர் ஓய்வெடுக்க சென்று விட்டதாகக் கூறி, அவர் சவப்பெட்டியை சிலுவைக் குறியிட்டு ஃபாதர் ஆசீர்வதித்ததும், அதன்மேல் தாமஸ் மண்ணைத் தள்ளினான்.

மரியம் கூறின இடத்திற்குச் செல்லும்போது குடிசைகள் கழுத்தளவு நீரில் மூழ்கியும் சிலது விழுந்ததும் கிடப்பதைப் பார்த்தான். இனி எக்காலமும் பெய்யப் போவதில்லை என்பது போல மழை பெருக்கெடுத்துக்கொண்டிருந்தது. இவ்வெள்ளம் தணிந்தபின் உதவியாளர் குடைபிடிக்க துளியும் அழுக்குப் படாத வெள்ளை வேட்டி சட்டையுடன் நகரக் காவலர்கள் மேற்பார்வையிட வருவார்கள். "திருட்டுத் தாயோலிகளா" எனக் கோபமாக சேற்றின் மீது காறி உமிழ்ந்தான்.

எலும்புகளை நடுங்கவைக்கும் குளிரில் அவர்கள் ஒதுங்கியிருக்கும் பள்ளிக்குச் சென்றான். பெட்ரோமாக்ஸ் விளக்கைச் சுற்றிலும் அமர்ந்து ஆரோக்கியத்தின் பாத்திரத்தி லிருந்த அவள் வியாபாரத்துக்கு வைத்திருந்து மழையில் விரயமான சகல உணவுகளையும் மிச்சமின்றி தீர்த்துக்கொண் டிருந்தார்கள். பயத்துடன் குழம்பிற்கு நின்றவனிடம், "காசு இல்லாதவனெல்லாம் ஓசின்னு இஷ்டத்துக்கு மேயாதிங்கடா. எவன் எவன் எத்தினி திங்கறீங்கன்னு கணக்கு வைச்சிருக்கறன். அல்லாம் வழிக்கு வந்தொன்ன செட்டில் பண்ணீரோனும்... ஆமா" என்றாள்.

மரியம் ஓடிவந்து துண்டைத் தந்தவுடன், "என்னாச்சு. என்னாச்சு" என்றாள். அங்கிருந்தவர்கள் தட்டிலிருந்து கையை எடுக்காமல் தலையை மட்டும் திருப்பி அவன் கூறியது கேட்டதும் மீண்டும் உண்ணத் தொடங்கினர். குளிரில் குழந்தைகள் அழும் சத்தமும் அடிவிழும் சத்தமும் முன்னிலும் குரலெடுத்து அழுவதும் அப்பள்ளியை நிறைத்தது.

"எங்கிட்ட காசு இல்ல" என்றான். "எனக்குத்தெரியாதா பேசாம உட்காரு" எனத் தட்டை நீட்டினாள். கண் சொருகித் துயிலும் எலிசபெத்தின் நினைப்பும் பட்டினியோடு கிடக்கும் அம்மாவின் முகமும் மனக்கண்ணில் வந்து போயின. அவன் பசியோடு மூர்க்கமாக எண்ணற்ற நாட்கள் போராடியிருக் கிறான். அதன்பின் கிட்டும் முதல் உணவின் ருசியை அவன்

மட்டுமே அறிவான். மரியம் தனக்கென்று எடுத்து வைத்திருந்த முட்டையொன்றை அவனுக்கு வைத்தாள். அவளது ஆட்காட்டி விரலைத் தட்டோடு அழுத்தினான். பதிலுக்கு அவனது கால்பெருவிரலை அவள் தன் காலால் அழுத்தினாள். அவன் விலகினான். மரியம் தட்டுகளை நீரில் அலசுகையில் அவனையே பார்த்தபடியிருந்து அவன் தலை நிமிர்கையில் சட்டென சிரித்து எழுந்து போய்விட்டாள்.

பசி தணிந்த பலகுரல்கள் ஒன்றையொன்று மோதி, கலந்து, சிதறி உடைந்து பெரும் இரைச்சல்களாக அந்தப் பள்ளியைச் சூழ்ந்து அடித்த கடுங்குளிரைத் தாங்கமாட்டாமல் அரற்றி அமைதியடைந்து உறங்கிப் போனது. தாமஸ் அவனுக்கென்று ஒதுக்கி வைத்திருந்த இடத்திற்குச் சென்று அவள் முதுகைப் பாத்தவாறு படுத்தான். அவள் காதருகில் "குழந்தைகளும் தேவசகாயமும் எங்க?" என்றான். அவள் கழுத்தை மட்டும் திருப்பி "பைய்யனக் கூட்டிட்டு அதோட தங்கச்சி வூட்டுக்குப் போயிருச்சு. புள்ள எங்க ஆயாகூட படுத்துட்டா" எனக்கூறி மீண்டும் முதுகு காட்டி படுத்துக்கொண்டாள். சிறிது நேரம் கழித்து அவன் மெதுவாக அவள் கால்மேல் தன் காலை வைத்தான். இருளுக்குள் சிரித்து கையெட்டி அவன் கால் ரோமமென்றைப்பற்றி இழுத்தாள். அவளது புறங்கழுத்தில் முத்தியபடியே இடுப்பின் மீது ஊர்ந்து சென்ற அவனது கைக்கு சதைப் பற்றான இடம் கிடைத்ததும் கிள்ளினான். அவள் 'ஆ' என அவனுக்கு மட்டும் கேட்கும்படி அலறி திரும்பிப் படுத்தாள். அவனது கைகளுக்கு எல்லையற்ற சுதந்திரத்தை அவள் வழங்கினாள். மாற்றாக அவள் பரிசளித்த வெறியூட்டும் போதை ததும்பிய முத்தங்கள் அந்த இரவின் ஈரத்தையும் குளிர்ச்சியையும் கடந்து அவனைச் சூடாக்கின. அவர்கள் ஒருவருக்கும் தெரியாமல் பூனைகள்போல எழுந்து மறைவிடம் சென்று மீண்டு வந்தனர்.

தாமஸ் பாதி விழித்து புரண்டு கையை மரியத்தின் மீது போட்டபோது அது வெறுந் தரையில் விழுந்தது "அங்கொருத்தி உன்னோரு உசுரோடு மல்லுக்கட்டிக்கிட்டுக் கிடக்கறா. எருமை மாறித் தூங்கறதப்பாரு" என நீரையள்ளி அவன் மேல் எறிந்தாள். மெதுவாக எழுந்தமர்ந்தான். சற்றுத்தள்ளி வகுப்பறையின் முன்பு மரியத்தின் மகளைச் சுற்றிலும் கும்பல் கூடி அமர்ந் திருப்பது தெரிந்தது. அவர்களுக்கு அவள் வெளிச்சுவரிலிருந்த குறளைக் கற்பித்துக் கொண்டிருந்தாள். சிரிப்பும் கூச்சலுமாக திமிலோகப்பட்டது. அவ்வப்போது அந்த எழுத்துக்களிலிருந்து கண்ணெடுத்து ஒருவரையொருவர் மாறிமாறிப் பார்த்தபடி அமர்ந்திருந்தனர். நிமிடம் செல்லச் செல்ல அவர்களின்

இரவுக் காட்சி

முகங்கள் இறுக்கமடையத் தொடங்கின. தங்கள் சிறுபிராயத்தில் கடினமான பணிக்குப் பெற்றவர்களால் இழுத்துச்செல்லப் பட்ட நாட்களின் பாதையில் அவர்களின் நினைவுகள் அலைந்தன. மனம் கதற உள்ளே வழியும் கண்ணீரை மறைத்த படியே எழுந்து "காலங்காத்தால வேற வேலவெட்டியில்லயாடி. போய் உங்நாத்தாளுக்கும் உங்கப்பனுக்கும் கத்துக்குடு. சொல்லித் தர்றாளாமா..." என நீட்டியபடியே எழுந்து புதிதாக வந்தவனை நோக்கி ஆர்வத்துடன் சிலரும் சோர்வாக பலரும் சென்றனர்.

கேள்வி கேட்ட வாத்தியை கல் எறிந்து விட்டு பள்ளியை விட்டு ஓடி வந்த நாள், படம் போல தாமஸின் முன் விரிந்தது. மரியத்தின் மகளைப் போலத்தான் நாளை தன் குழந்தையும் படிக்கும் என உவகையுடன் எண்ணிக்கொண்டான். முகம் சுண்டி வந்த அவள் பெண்ணை மரியம் அள்ளிப்போட்டு முத்தங்களால் நனைப்பதைக்கண்டு பொங்கும் மனத்தோடு அருகில் சென்றான்.

அந்த சைக்கிள்காரன் கக்கத்தில் குடையுடன் தாடியைச் சொறிந்தவாறு அவர்களுக்கருகாக வந்தான். வழியில் அம்மண மாக குழந்தைகள் விளையாடிக்கொண்டிருந்தன. அதிலொன்று மண் பறித்து நோண்டி வாயிலிட்டுக்கொண்டிருந்தது. மற் றொன்று பெரிய ஒற்றைச் செருப்புக்குள் காலை நுழைத்து கையிலிருந்த தம்ளரோடு நிற்க முடியாமல் நின்று அதிலிருந்து நீரை கீழே இறைத்துக்கொண்டிருந்தது. அவன் குடைக்கம்பி யால் தள்ளினான். அது தொப்பென விழுந்து பிருஷ்டத்தால் முன்னும் பின்னுமாக நகர்ந்தது. அப்படியே மண்மீது ஒன்றுக்குப் போனது. அவன் முகம் சுழித்து ஒரே எட்டில் தாவிச் சென்றான்.

"யாரும் எங்கயும் போய்த் தொலைஞ்சுராதீங்கடா. ஒம்பது மணிக்கு மேலதான் சோறு வரும். அய்யா வருவாரு. தரித்தரம் புடிச்சவங்களாட்டம் முண்டாம கியூவுல நின்னு கும்புட்டு வாங்கிக்கோனு. தெரியுதா" என்றான் அப்புதிய நபர்.

"அதெல்லாம் நாம் பார்த்துக்றன். பயப்டாம போயிட்டு வாங்க" என்ற குரலுக்குரியவள் ஆரோக்கியம் என அறிந்ததும் நிம்மதி அவன் முகத்தில் படர சைக்கிளில் ஏறி அமர்ந்தான். மற்றவர்கள் ஆரோக்கியத்தைத் தவிர பிறரது முகங்களை திருட்டுத்தனமாகப் பார்த்துப் பேச இயலாமல் கலைந்து சென்றனர். வெகு தூரத்திலேயே அம்மா சோர்வாக நடந்து வருவதை தாமஸ் கண்டான். முகம் கழுவுவதை நிறுத்தி கைலியைத் தூக்கி துடைத்துக்கொண்டே நுழைவாயிலை நோக்கி ஆவலுடன் சென்றான். அவனைக் கண்ணுற்றதும் அவள் முகம் கனிந்தது. நின்று மூச்சுவிட முடியாமல் சுவரோடு

சரிந்து அவனை நோக்கிப் புன்னகைத்தாள். "என்னாம்மா" என்றான். "கர்த்தரு ரட்சிச்சிட்டாருடா தாமஸ்" என அவன் கையைப் பற்றினாள். அதைக் கேட்டு, "இயேசுவே" என மரியம் அருகில் வந்தாள். "ஏண்டீ தாமஸுக்கு மேரிமாதாவே வந்து பொறந்திருக்கு" என்று கூறிவிட்டு முதன்முறையாக நாணுபவள் போலச் சிரித்தாள். "ஏ... ஏய்" என மரியம் அவன் கன்னத்தில் இடித்துவிட்டு எங்கோ ஓடினாள். அவன் நிலைகொள்ளாமல் அங்குமிங்கும் திரிந்து மரியத்தின் பெண்ணை "யேய்..." எனக் கத்தியவாறே தலைக்கு மேலாகத் தூக்கிச் சுற்றினான். குழந்தைகள் புடைசூழ பலரும் அதைக் கண்டு சிரிப்புடன் நின்றனர். பிலோமினா பற்கள் இல்லாத வாய்திறந்து குழந்தைபோல பசி மறந்து "நே...நே...நே..." எனச் சிரித்தாள். மரியம் வந்து, "அவள எறக்கியுடு. எறக்கறயா இல்லயா" என்றாள். அவளைக் கீழே இறக்கிவிட்டதும் சிரிப்பை அடக்கிக்கொண்டு கையைப் பின்னால் மறைத்து அதட்டும் தொனியில் "வாயத்தொற... தொறன்னா... தொற சொல்றேன்" என்றாள். அவன் அவளையே இமைக்காமல் பார்த்து "ஆ...ஆ..." என்றான். திறந்த அவனது வாயினுள் அள்ளி வந்திருந்த சர்க்கரையைக் கொட்டி விட்டு "ஹோ" என்று குதித்து பெருஞ்சத்தத்தோடு சிரித்தாள். அவள் அப்படி சிரிப்பது அவன் கண்களுக்குள் மேலும் பிரகாசமாகத் தெரிந்தது.

***உயிர் எழுத்து*, செப்டம்பர் 2009**